सावित्रीबाई फुले पुणे विद्यापीठाच्या ऑगस्ट २०२३ पासून सुरू झालेल्या एम. ए. राज्यशास्त्र (भारतीय प्रशासन : संरचना आणि संघटन) (POL - 563 MJ) या विषयाच्या अभ्यासक्रमासाठी व इतर विद्यापीठांच्या संबंधित अभ्यासक्रमासाठी उपयुक्त पुस्तक

राज्यशास्त्र

(भारतीय प्रशासन : संरचना आणि संघटन)

(POL - 563 MJ)

M. A. - I (Sem. - II)

As per New Education Policy (2020)

Dr. Sunil Kawade

(M.A., NET., Ph.D.)

Ahmednagar College, Ahmednagar.

Dr. Rajkumar Rikame

(M.A., M.Phil., Ph.D.)

Sharadchandraji Pawar College, Jejuri, Purandar, Pune.

AF747499

२०२४

SUCCESS PUBLICATIONS

प्रकाशक :
डॉ. राजेश पाटणे
सक्सेस पब्लिकेशन्स
राधाकृष्ण अपार्टमेंट, ५३५ शनिवार पेठ,
आप्पा बळवंत चौक, प्रभात टॉकिज समोर, पुणे ४११ ०३०
फोन नं : ०२०-२४४३४६६२
मोबा. - ९३२५३१५४६४

आवृत्ती
२०२४

संपादक
श्री. वाल्मिक गायकवाड

अक्षरजुळणी :
कु. वर्षा लोखंडे

मुखपृष्ठ :
कु. वर्षा लोखंडे

ISBN NO. - 978-81-19939-28-2

प्रस्तावना

सावित्रीबाई फुले पुणे विद्यापीठाच्या एम.ए. या शैक्षणिक वर्षासाठीच्या अभ्यासक्रमात या वर्षापासून सुधारणा करण्यात आली आहे. नवीन शैक्षणिक धोरण २०20 ची अंमलबजावणी करण्यात आली आहे. राज्यशास्त्र (भारतीय प्रशासन : संरचना आणि संघटन) (POL - 563 MJ) या पेपरच्या अभ्यासक्रमात करण्यात आलेल्या सुधारणांची ऑगस्ट २०२३ पासून अंमलबजावणी होत आहे. या सुधारित अभ्यासक्रमासाठी उपयुक्त असलेले पुस्तक आपल्या हाती देताना विशेष आनंद होत आहे. प्रस्तुत पुस्तकात भारतीय प्रशासन : संरचना आणि संघटनबाबत महत्त्वपूर्ण विवचेन करण्यात आले आहे. त्यामुळे या पुस्तकाचे स्वागत विद्यार्थी व प्राध्यापक करतील हा विश्वास आहे.

पुस्तकाच्या सुरूवातीला भारतीय प्रशासनाचा ऐतिहासिक आढावा घेण्यात आला आहे. प्राचीन, मध्ययुगीन व ब्रिटीश कालखंडात भारतीय प्रशासनाचा विकास कशा प्रकारे घडून आला याबाबत माहिती देण्यात आली आहे. भारतीय प्रशासनाची घटनात्मक चौकट संसदीय लोकशाही व संघराज्य व्यवस्था याआधारे जाणून घेण्यात आली आहे. तसेच भारतीय प्रशासनाची वैशिष्ट्ये जाणून घेण्यात आली आहे. भारताने संघराज्य व्यवस्थेचा स्विकार केल्यामुळे केंद्र व राज्य पातळीवर अधिकाराची विभागणी करण्यात आली आहे. त्यामुळे केंद्र पातळीवर व घटकराज्य पातळीवर प्रशासनाची स्वतंत्र व्यवस्था निर्माण झालेली दिसते. म्हणून केंद्रीय प्रशासनाबाबत सविस्तरपणे माहिती जाणून घेण्यात आली आहे. भारतीय प्रशासनातील रिक्त जागांवर सेवकांची नियुक्ती करण्यासाठी सनदी सेवा कार्यरत आहेत. त्यामुळे भारतातील सनदी सेवा व या सेवांवर भरती करण्यासाठी निर्माण केलेल्या केंद्रीय लोकसेवा आयोग व राज्यलोकसेवा आयोग याबाबत माहिती जाणून घेण्यात आली आहे. भारतातील सनदी सेवकांचे प्रशिक्षण, सनदी सेवकांची कार्यक्षमता व प्रशासकीय सुधारणा याबाबत देखील विवेचन करण्यात आले आहे. एकूणच भारतीय प्रशासनावर प्रकाश टाकणारे हे एक उपयुक्त पुस्तक आहे.

पुस्तक लेखनासाठी अनेक संदर्भ ग्रंथांची मदत झाली. पुस्तक लेखनाच्या बाबतीत महाविद्यालयाचे प्राचार्य, व्यवस्थापन सदस्य, सहकारी प्राध्यापक व प्राध्यापकेतर कर्मचारी, अभ्यासमंडळ सदस्य, विविध ग्रंथालयाचे ग्रंथपाल, विविध महाविद्यालयातील प्राध्यापक मित्र यांचे सहकार्य व प्रोत्साहन मिळाले. संदर्भ ग्रंथांच्या लेखकांसहीत इतर सर्वांविषयी आम्ही कृतज्ञता व्यक्त करतो. तसेच पुस्तकाचे प्रकाशक डॉ. राजेश पाटणे व सौ. विद्या पाटणे आणि सक्सेस पब्लिकेशन मधील कर्मचारी वर्ग यांच्याविषयी देखील आम्ही कृतज्ञता व्यक्त करतो.

With best wishes.

By Author

Syllabus

M. A. - I (Sem. - II) Political Science

Indian Administration - Structure and Organization (POL - 563)(MJ)

Unit	Contents
1.	**Evolution and Constitutional Framework** **a)** Evolution: Ancient, Medieval and British periods **b)** Constitutional Framework: Parliamentary System **c)** Federal Features **d)** Salient Features Indian Administration
2.	**Central Administration** **a)** Prime Minister and Council of Ministers **b)** Central and Cabinet Secretariat **c)** Prime Minister Office **d)** Relationship with Sate administration
3.	**Civil Services in India** **a)** Classification- All India Central and State Services **b)** Recruitment Agencies- Union Public Service Commission and State Union Public Service **c)** Training of Civil servants in India **d)** Capacity Building of Civil Servants and Civil Service Reforms
4.	**Issues in Indian Administration** **a)** Citizen Grievance Redressal Mechanism- Lok Pal, Lokayuta and Central Vigilance Commission **b)** Politician and Civil Servants Relations **c)** Combating Corruption **d)** Generalists and Specialists Debate

❖ अनुक्रमणिका ❖

प्रकरण १

भारतीय प्रशासनाची उत्क्रांती आणि घटनात्मक चौकट

➾ प्रस्तावना :

भारतीय प्रशासनाचा अभ्यास करत असताना त्याची ऐतिहासिक पार्श्वभूमी जाणुन घेणे आवश्यक ठरते. प्राचीन कालखंडात देखील भारतात प्रशासकीय व्यवस्था अस्तित्त्वात असल्याचे आढळून येते. याकाळात जी वेगवेगळी राजघराणी होती. त्यांनी आपआपली प्रशासन व्यवस्था निर्माण केली होती. मध्ययुगीन कालखंडात सुलतानशाही, मुघलशाही व मराठेशाही या सत्तांच्या काळात प्रशासकीय व्यवस्थेचा विकास घडून आला. मात्र खऱ्या अर्थाने भारतीय प्रशासनास चालना मिळाली, ती ब्रिटिश कालखंडात. ब्रिटिश राज्यकर्त्यांनी वेगवेगळे कायदे केले. त्यातून प्रशासनाची घडी बसण्यास मदत झाली. लॉर्ड कर्निंग व लॉर्ड रिपन या ब्रिटिश अधिकाऱ्यांनी सुचविलेल्या प्रशासकीय सुधारणांमुळे भारतीय प्रशासनाच्या विकासास चालना प्राप्त झाली. वेगवेगळ्या प्रशासकीय विभागांची व संस्थांची निर्मिती करण्यात आली तसेच ब्रिटिश काळात स्थानिक पातळीवरील प्रशासनाचा देखील विकास घडून आला. स्वातंत्र्योत्तर काळात भारतीय प्रशासनाची रचना निर्माण करताना त्यास मूल्याधिष्ठितता, संसदीय लोकशाही व संघराज्य व्यवस्था या संदर्भात्मक चौकटींचा आधार प्राप्त झाला. त्यामुळे या सर्व मुद्यांच्या आधारे भारतीय प्रशासनाच्या विकासक्रमाचा आढावा घेणे यथोचित ठरेल.

➾ १.१ भारतीय प्रशासनाची उत्क्रांती :

भारतीय प्रशासनाचा इतिहास प्रदिर्घ आणि समृद्ध अशा स्वरूपाचा आहे. आधुनिक काळात भारतीय प्रशासनाचा आपणास जो आकृतीबंध बघावयास मिळतो तो या इतिहासाच्या प्रभावातूनच आकारास आलेला आहे. प्राचीन कालखंडात कौटिल्याच्या विचारांचा प्रभाव प्रशासनावर पडलेला जाणवतो. तर मध्ययुगीन कालखंडात मुघल व सुलतानकालीन प्रशासकीय संदर्भ प्रभावित करणारे ठरतात. मात्र, ब्रिटीश कालखंडात भारतीय प्रशासनाची रूपरेषा मोठ्या प्रमाणावर अधोरेखित झाली आहे.

१.१.१ प्राचीन कालखंड :

जगातील महान प्राचीन संस्कृतीत भारतीय संस्कृतीची गणना केली जाते. अगदी प्राचीन काळापासून भारतीय लोकांनी सांस्कृतिक क्षेत्रात मोलाचे योगदान दिले होते. त्यामुळे भारताला फार मोठी आणि सलग अशी सांस्कृतिक परंपरा लाभली आहे. भारतीय संस्कृतीचा प्रारंभ वैदिक काळापासून होतो आणि त्या वेळेपासून भारताला लोकप्रशासनाचीही परंपरा लाभली आहे. भारतात प्राचीन काळीही लोकप्रशासनाचे पद्धतशीर अध्ययन केले जात होते. आपल्या देशात अगदी पूर्वीपासून राजनीतिशास्त्र हे अध्ययनाचे एक महत्त्वाचे शास्त्र म्हणून मान्यता पावले होते. प्राचीन भारतातील विद्वानांनी राजनीतीवर अनेक ग्रंथ लिहिले होते. वैदिक वाङ्मय, बौद्ध व जैन साहित्य, रामायण, महाभारत, शुक्रनीती, मनुस्मृती, अर्थशास्त्र यांसारख्या ग्रंथात राजनीतीवरील महत्त्वाच्या प्रश्नांबाबत मौलिक विचार मांडले गेले आहेत. वरील सर्व ग्रंथात लोकप्रशासनासंबंधीही चर्चा केली आहे.

अ) मौर्यपूर्व कालखंड :

भारतात वैदिक काळापासून लोकप्रशासनाचे कार्य केले जात असल्याचे पुरावे आपणास मिळतात. त्यापूर्वीही येथील प्रसिद्ध सिंधू संस्कृतीच्या काळात प्रशासकीय व्यवस्था अस्तित्वात होती असा ठाम निष्कर्ष काढता येतो. सिंधू संस्कृतीने केलेल्या प्रगती संबंधीचे लिखित पुरावे उपलब्ध नसले तरी हडप्पा व मोहेंजोदडो येथील उत्खननातून हाती लागलेल्या माहितीवरून त्या काळातील लोकांनी नगररचना, गृहरचना इत्यादी क्षेत्रात शास्त्रशुद्ध पद्धतींचा कसा अवलंब केला होता हे स्पष्टपणे दिसून येते. सिंधू संस्कृतीने गाठलेला प्रगतीचा हा टप्पा म्हणजे तेथील प्रगत शासनव्यवस्थेच्या अस्तित्वाचा पुरावा होय. वैदिक काळातील राजकीय व्यवस्थेची बरीच माहिती आपणास उपलब्ध होते. तो राजेशाहीचा कालखंड होता; परंतु अनियंत्रित राजेशाहीला मात्र मान्यता मिळाले नव्हती. राजा हा प्रजेचा पालक व रक्षणकर्ता मानला जात होता. वेद वाङ्मयात 'ग्रामिणी' या नावाने ओळखल्या गेलेल्या गावाच्या अधिकाऱ्याचा उल्लेख येतो. तो गावाचा मुख्य प्रशासकीय अधिकारी होता. याचा अर्थ गावाच्या प्रशासनाची पद्धतशीर व्यवस्थाही त्या काळात अस्तित्वात होती.

पुढे रामायण व महाभारत या महाकाव्यांच्या काळात तर राजकीय व्यवस्था किती प्रगत अवस्थेला पोहोचली होती याचे असंख्य पुरावे त्या महाकाव्यांतून आपणास मिळतात. हा देखील राजेशाहीचाच कालखंड होता. राजा हा सर्वशक्तिमान समजला जात होता. प्रशासनाच्या सोयीसाठी राज्याचे निरनिराळे प्रादेशिक विभाग पाडले गेले होते. तसेच राज्यात विविध प्रशासकीय खात्यांचीही निर्मिती करण्यात आली होती. राज्यकारभाराबाबत राजाला सल्ला देण्यासाठी व मदत करण्यासाठी मंत्री, अमात्य व इतर अधिकाऱ्यांची नियुक्ती केली जात होती. याशिवाय राज्याच्या निरनिराळ्या अधिकाऱ्यांनी कोणती कामे करावीत याची निश्चित व्यवस्था करण्यात आली होती. यावरून त्या काळातील प्रशासकीय व्यवस्था किती विकसित होती हे लक्षात येते.

ब) मौर्य कालखंड :

रामायण काळ व महाभारत काळ यानंतर महाजनपदांचा कालखंड येतो. या कालखंडातील राजकीय व्यवस्थेचा प्रकार राजेशाही हाच होता. त्या वेळच्या काही राज्यांनी तर निरनिराळ्या क्षेत्रांत उल्लेखनीय प्रगती केली होती. तेथील राज्यकर्त्यांनी आपल्या राज्याची प्रशासकीय व्यवस्था सुदृढ बनविण्यासाठी अनेक उपाय योजले होते. तथापि, प्राचीन भारतातील पहिले सर्वात मोठे साम्राज्य हा मान मौर्य साम्राज्याकडे जातो. म्हणून भारतातील लोकप्रशासनाच्या इतिहसाचा आढावा घेताना मौर्य साम्राज्याची दखल घेणे अनिवार्य ठरते.

सम्राट चंद्रगुप्त मौर्य (इ.स. पूर्व चौथे शतक) हा मौर्य घराण्याचा संस्थापक होय. प्राचीन भारतातील पहिला सम्राट म्हणून त्याच्याकडे पाहिले जाते. त्या काळाचा विचार करता चंद्रगुप्ताने या देशात एक विशाल साम्राज्य

उभे केले होते असे निश्चितच म्हणता येईल. सम्राट अशोक हा या घराण्यातील आणखी एक प्रसिद्ध असा राज्यकर्ता होय. त्याचे साम्राज्य तर उत्तर भारताच्या फार मोठ्या भागात पसरले होते. दक्षिणेकडेही महाराष्ट्राच्या काही प्रदेशांत त्याच्या साम्राज्याचा विस्तार झाला होता. इतक्या मोठ्या साम्राज्याचा कारभार चालविण्यासाठी राज्याच्या प्रशासकीय व्यवस्थेची चांगली घडी बसविणे आवश्यक होते. चंद्रगुप्त मौर्य व सम्राट अशोक यांनी या गोष्टीकडे कटाक्षाने लक्ष पुरविले होते. अधिकारपद परंपरा, विकेंद्रीकरण, समन्वय, प्रदत्तीकरण यांसारख्या प्रशासनाच्या तत्त्वांचा अवलंब मौर्य काळात करण्यात आला होता. राज्यात सैन्य विभाग, महसूल विभाग, विदेश विभाग, कृषी विभाग, अंतर्गत सुरक्षा विभाग, उद्योग व व्यापार विभाग यांसारखे प्रशासकीय विभाग निर्माण करण्यात आले होते. यापैकी प्रत्येक विभागाची जबाबदारी एकेका प्रशासकीय अधिकाऱ्यावर किंवा खातेप्रमुखावर सोपविण्यात आली होती. खातेप्रमुखाच्या हाताखाली अनेक अधिकारी व कर्मचारी यांची नियुक्ती करण्यात आली होती. थोडक्यात, राज्याच्या प्रशासकीय व्यवस्थेला शिस्तबद्ध स्वरूप देण्याचा यशस्वी प्रयत्न मौर्य सम्राटांनी केला होता. प्राचीन भारतातील प्रसिद्ध राजकीय विचारवंत कौटिल्य हा चंद्रगुप्त मौर्याच्या काळातच होऊन गेला. त्याच्या 'अर्थशास्त्र' या ग्रंथात त्यावेळच्या प्रशासकीय व्यवस्थेची सविस्तर माहिती देण्यात आली आहे. म्हणून मौर्य काळातील लोकप्रशासनाची माहिती घेण्यासाठी कौटिल्याच्या अर्थशास्त्राचा तपशीलात अभ्यास करावा लागतो.

क) कौटिल्य :

कौटिल्य हा प्राचीन भारतातील एक विख्यात राजकीय विचारवंत होय. तो आर्य चाणक्य आणि विष्णुगुप्त या नावांनी देखील ओळखला जातो. 'अर्थशास्त्र' या राजनीतिशास्त्रावरील अत्यंत नाणावलेल्या ग्रंथाचा कर्ता म्हणून कौटिल्य इतिहासाला ज्ञात आहे. त्याच्या ग्रंथाचे नाव अर्थशास्त्र असे असले तरी तो खऱ्या अर्थाने राजनीतीवरील ग्रंथ आहे. या ग्रंथात लोकप्रशासनाच्या विविध अंगांची सविस्तर चर्चा आढळून येते म्हणून लोकप्रशासनाच्या अध्ययनाच्या दृष्टीने अर्थशास्त्राला असाधारण महत्त्व प्राप्त झाले आहे.

१) कौटिल्याचा कालखंड :

कौटिल्य हा प्राचीन भारतातील प्रसिद्ध सम्राट चंद्रगुप्त मौर्य याचा गुरू व मुख्य प्रधान होता असे मानले जाते. चंद्रगुप्ताने कौटिल्याच्या मार्गदर्शनाने व सहाय्याने नंद घराण्याची सत्ता उलथवून टाकली आणि त्या जागी मौर्य घराण्याची राजवट प्रस्थापित केली असेही सांगितले जाते. चंद्रगुप्त मौर्याचा मुख्य प्रधान असलेला कौटिल्य हाच 'अर्थशास्त्र' या ग्रंथाचा कर्ता होय असे बहुसंख्य विद्वानांचे मत आहे. चंद्रगुप्त मौर्य हा इ.स. पूर्व चौथ्या शतकात होऊन गेलेला राज्यकर्ता होय. यावरून इ.स. पूर्व चौथे शतक हाच कौटिल्याचा कालखंड असल्याचे स्पष्ट होते.

२) काळाविषयी मतभिन्नता :

प्राचीन भारतीय इतिहासाच्या काही अभ्यासकांनी मात्र वरील प्रतिपादनाशी मतभिन्नता दर्शविली आहे. डॉ. जॉली, विंटरनिट्झ, किथ यांसारख्या अभ्यासकांनी असे मत व्यक्त केले आहे की, अर्थशास्त्र हा ग्रंथ चंद्रगुप्त मौर्याच्या काळात म्हणजे इ.स. पूर्व चौथ्या शतकात लिहिला गेला नसून तो त्यानंतर बऱ्याच उशिराने लिहिला गेला आहे. डॉ. जॉली यांनी या संदर्भात असे प्रतिपादन केले आहे की, अर्थशास्त्र हा ग्रंथ इ.स. च्या तिसऱ्या शतकाच्या सुमारास लिहिला गेला असावा. तसेच या ग्रंथाचा कर्ता एखाद्या राज्याचा मुख्य प्रधान नव्हे तर तो राजनीतीचा अभ्यासक किंवा पंडित असावा.

कौटिल्याच्या काळाविषयी वरीलप्रमाणे मतभिन्नता दिसून येत असली तरी बहुसंख्य विद्वानांनी चंद्रगुप्त मौर्याचा मुख्य प्रधान कौटिल्य हाच अर्थशास्त्र या ग्रंथाचा कर्ता होय, या मताशी सहमती दर्शविली आहे. के.पी. जयस्वाल यांनी असे म्हटले आहे की, पाश्चात्त्य विद्वानांनी कौटिल्यासंबंधी घेतलेले आक्षेप चुकीच्या पायावर आधारित आहेत. अनेक प्राचीन संस्कृत ग्रंथांमध्ये कौटिल्य हा अर्थशास्त्राचा कर्ता असल्याचे स्पष्ट उल्लेख आहेत. तेव्हा इ. स. पूर्व चौथे शतक हाच कौटिल्याचा कालखंड होय व तोच अर्थशास्त्र या ग्रंथाचा लेखक होय याविषयी शंका घेण्याचे कारण नाही.

३) राजनीतीवरील महत्त्वपूर्ण ग्रंथ :

'अर्थशास्त्र' हा खऱ्या अर्थाने राजनीतीवरील ग्रंथ होय. अर्थात, प्राचीन भारतात कौटिल्याच्या अगोदरही राजनीतीवर बरेच ग्रंथ लिहिले गेले होते. स्वत: कौटिल्याने आपल्या अर्थशास्त्रात असा उल्लेख केला आहे की, माझ्या पूर्वीच्या आचार्यांनी जितकी शास्त्रे निर्माण केली, त्या सर्व शास्त्रांचे संकलन व समालोचन करून मी हा ग्रंथ लिहिला आहे. तथापि, कौटिल्याचा अर्थशास्त्र हा प्राचीन काळातील इतर ग्रंथाहून बराच वेगळा व वैशिष्ट्यपूर्ण असा ग्रंथ आहे. प्राचीन भारतातील इतर ग्रंथकारांनी राजनीतीचा विचार प्रामुख्याने धार्मिक दृष्टिकोनातून केला होता. त्यांनी आपल्या विवेचनात धार्मिक दृष्टिकोनाला प्राधान्य दिले होते. परंतु कौटिल्याने मात्र आपल्या ग्रंथात राजनीतीवरील विचारांना प्राधान्य दिले असून राजनीतीसंबंधी अत्यंत मूलगामी व वास्तववादी विवेचन केले आहे. तसेच त्याने राजकीय विचारांची मांडणी अत्यंत शास्त्रशुद्ध पद्धतीने केली आहे.

४) राजकीय व्यवहार व प्रशासन यांना प्राधान्य :

कौटिल्याच्या अर्थशास्त्राचे एक महत्त्वाचे वैशिष्ट्य असे की, त्याने या ग्रंथात राजकीय तत्त्वज्ञानापेक्षा प्रत्यक्ष राजकीय व्यवहाराला जास्त महत्त्व दिले आहे. दैनंदिन राज्यकारभारात निर्माण होणाऱ्या विविध प्रश्नांची सोडवणूक राज्यकर्त्यांनी कशा पद्धतीने करावी यासंबंधीचे उपयुक्त मार्गदर्शन त्याने आपल्या अर्थशास्त्र या ग्रंथात केले आहे. साहजिकच राजाने आपला राज्यकारभार कशाप्रकारे चालवावा, त्याने आपल्या प्रजेशी कशा प्रकारचे संबंध ठेवावेत, अमात्यादी नोकरवर्गाशी त्याचे संबंध कसे असावेत, राज्य चालविताना त्याने कोणत्या गोष्टींना महत्त्व द्यावे इत्यादी प्रश्नांबाबत अत्यंत तपशीलवार विवेचन अर्थशास्त्रात करण्यात आले आहे. व्यावहारिक प्रश्नांना प्राधान्य देण्याच्या कौटिल्याच्या धोरणामुळे त्याच्या ग्रंथात प्रशासकीय बाबींवर बराच भर दिला असल्याचे आपणास पाहावयास मिळते. तसेच त्याने आपल्या लिखाणात राज्यापुढील दैनंदिन प्रश्नांसंबंधी दिलेली माहिती विचारात घेता त्याला राज्यकारभारातील किंवा प्रशासनातील बारकाव्यांचे किती ज्ञान होते याचाही प्रत्यय येतो.

५) राजकारणाची धर्म व नैतिकता यापासून फारकत :

कौटिल्याच्या राजकीय विचारांचे आणखी एक वैशिष्ट्य असे सांगितले जाते की, त्याने धर्म व नैतिकता यापासून राजकारणाला वेगळे केले आहे. तो राजकीय विचारांची धार्मिक किंवा नैतिक बाबींशी गल्लत होऊ देत नाही. राज्यापुढील समस्यांची सोडवणूक व्यवहारवादाच्या कसोटीवरच केली गेली पाहिजे, असा त्याचा आग्रह आहे. त्यामुळे राजाने केलेली अमुक एक कृती नैतिक की अनैतिक या गोष्टीला तो फारसे महत्त्व देत नाही. तसेच राज्याचा प्रमुख या नात्याने राजाने केलेल्या एखाद्या कृतीचा विचार तो धार्मिक सिद्धांत किंवा नैतिक मूल्ये यांच्या निकषावर करीत नाही. राजाने प्रत्येक निर्णय राज्यहिताच्या व्यापक दृष्टिकोनातून घ्यावा असा त्याचा आग्रह आहे. म्हणजे राजाने इतर कोणत्याही गोष्टींपेक्षा राज्यहिताला सर्वोच्च प्राधान्य द्यावे, असे त्याचे प्रतिपादन आहे. याबाबतीत कौटिल्याची तुलना मध्ययुगीन काळाच्या अखेरीस होऊन गेलेला इटालियन राजकीय विचारवंत मॅकिव्हली याच्याशी करता येईल. मॅकिव्हलीने राजकारणाची धर्म व नैतिकता यापासून केलेली फारकत हे राजकीय विचारांच्या क्षेत्रातील त्याचे महत्त्वपूर्ण योगदान मानले जाते; परंतु कौटिल्याने हेच विचार मॅकिव्हलीच्या कितीतरी वर्षे अगोदर मांडले होते. यावरून कौटिल्याच्या विचारांचे वेगळेपण व महत्त्व आपल्या लक्षात येईल.

६) कौटिल्याचे प्रशासनविषयक विचार :

कौटिल्याने अर्थशास्त्र या ग्रंथाच्या ७ व्या प्रकरणात राजा व त्याचे प्रशासन यावर भाष्य केलेले आहे. राज्याचा स्वामी म्हणजे राजा असे कौटिल्य मानत असला तरी त्याने राजाला दैवीशक्ती मानण्यास नकार दिलेला होता. कौटिल्याने राजाबद्दल जशा प्रकारची मते मांडली तशा प्रकारची मते प्रशासन व्यवस्थेबद्दल देखील मांडलेली आहेत. कौटिल्याने अर्थशास्त्रात वर्णन केलेली प्रशासकीय व्यवस्था केंद्रात्मक स्वरूपाची असून, राज्यव्यवस्थेच्या प्रशासनात मुख्य १८ अधिकारी असावेत असे मत मांडले आहे. कौटिल्याचे प्रशासन व्यवस्थेविषयीचे विचार पुढील मुद्यांच्या आधारे स्पष्ट करता येतील :

i) प्रधानमंत्री :

प्रधानमंत्री हा प्रशासन व्यवस्थेतील मुख्य अधिकारी असतो व त्याला राज्याच्या सर्वसाधारण प्रशासन व्यवस्थेशी निगडित असलेल्या कार्याची पूर्तता करावी लागते. थोडक्यात, कौटिल्याने प्रशासन व्यवस्थेत प्रधानमंत्री या अधिकाऱ्याचे स्थान अत्यंत महत्त्वाचे मानलेले होते.

ii) पुरोहित :

प्रशासन व्यवस्थेतील दुसरा महत्त्वाचा अधिकारी म्हणजे पुरोहित होय. राजदरबारात पौरोहित्य करणे, धार्मिक कार्याची पूर्तता करणे, राजाला धार्मिक सल्ला देणे अशा स्वरूपाची कार्ये पुरोहिताने करावीत असे कौटिल्याने स्पष्ट केले. वर्णाश्रम धर्माचा पुरस्कर्ता असलेल्या कौटिल्याने पुरोहित या प्रशासकीय अधिकाऱ्याला विशेष महत्त्व दिले.

iii) सेनापती :

कौटिल्याने प्रशासन व्यवस्थेतील महत्त्वाचा अधिकारी म्हणून सेनापती या प्रशासकीय अधिकाऱ्याचा उल्लेख केलेला आहे. सैन्याचा प्रमुख या नात्याने जी आवश्यक कार्ये असतात त्यांची पूर्तता करणे हे सेनापतीचे ध्येय असावे असे कौटिल्याने नमूद केले.

iv) प्रासादनिरीक्षक :

शत्रूपक्षाकडून राजप्रासादाची नासधूस होऊ नये, राजप्रासादाची हानी होऊ नये यासाठी कौटिल्याने प्रशासन व्यवस्थेत प्रमुख अधिकारी म्हणून प्रासादनिरीक्षक या अधिकाऱ्याचा समावेश केलेला होता. थोडक्यात, राजवाड्याचे संरक्षण करणे हे कार्य प्रासादनिरीक्षक या अधिकाऱ्याने करावे असे कौटिल्याने स्पष्ट केले.

v) अंतर्निरीक्षक :

राज्यव्यवस्थेच्या प्रशासन व्यवस्थेतील एक अधिकारी म्हणून कौटिल्याने अंतर्निरीक्षक या अधिकाऱ्याचा उल्लेख केलेला आहे. राज्याच्या राजधानीचे निरीक्षण करणे हे कार्य अंतर्निरीक्षक या अधिकाऱ्याला करावे लागत असे.

vi) प्रशास्ता :

कौटिल्याने प्रशासन व्यवस्थेत प्रशास्ता या अधिकाऱ्याचा समावेश केलेला होता. वारंवार होणारी युद्धे, शत्रू पक्षाची आक्रमणे यापासून छावणीचे संरक्षण करणे हे कार्य प्रशास्ता या अधिकाऱ्याला करावे लागत असे.

vii) सान्निधाता :

कौटिल्याने राज्याच्या प्रशासन व्यवस्थेतील एक महत्त्वाचा अधिकारी म्हणून सान्निधाता या अधिकाऱ्याचा उल्लेख केलेला आहे. बांधकाम, दळणवळणाची साधने यावर नियंत्रण ठेवण्याचे कार्य सान्निधाता या अधिकाऱ्याने करावे असे कौटिल्याने स्पष्ट केले.

viii) समहर्ता :

कौटिल्याने प्रशासन व्यवस्थेविषयी विचार मांडताना समहर्ता या अधिकाऱ्याचा उल्लेख केलेला आहे. समहर्ता या अधिकाऱ्याला कौटिल्याने राजा व प्रजा यांच्यातील दुवा असे संबोधले होते. जनतेची गाऱ्हाणी राजापर्यंत पोहोचविण्याचे कार्य समहर्ता या अधिकाऱ्याला करावे लागत असे.

ix) प्रदेष्ठा :

न्यायप्रशासन व्यवस्थेतील महत्त्वाचा प्रशासकीय अधिकारी म्हणून कौटिल्याने प्रदेष्ठा या अधिकाऱ्याचा उल्लेख केलेला आहे. प्रदेष्ठा हा अधिकारी फौजदारी न्यायालयाचा प्रमुख म्हणून कार्य करीत असे.

x) उपसेनापती :

कौटिल्याने प्रशासन व्यवस्थेतील एक प्रमुख अधिकारी म्हणून उपसेनापती या अधिकाऱ्याचा उल्लेख केलेला आहे. सैन्यदलाच्या मुख्य सेनापतीच्या आज्ञाचे पालन करणे हे उपसेनापतीचे कर्तव्य असल्याचे मानण्यात आले. उपसेनापतीला सैन्यदलातील महत्त्वाचा अधिकारी म्हणून मानण्यात येई.

xi) पौरव्यावहारिक :

कौटिल्याने प्रशासकीय व्यवस्थेतील मुख्य अधिकारी म्हणून पौरव्यावहारिक या अधिकाऱ्याचा उल्लेख केलेला आहे. दिवाणी न्यायालयाचा प्रमुख या नात्याने पौरव्यावहारिक या अधिकाऱ्याला कार्य करावे लागत असे.

xii) दंडपाल :

अंतर्गत व्यवस्थेवर देखरेख ठेवण्यासाठी प्रशासकीय व्यवस्थेत दंडपाल या अधिकाऱ्याची नियुक्ती करण्यात येई. अंतर्गत शांतता व सुव्यवस्था राखण्याचे कार्य दंडपाल या अधिकाऱ्याला करावे लागत असे.

xiii) दुर्गपाल :

अंतर्गत व्यवस्था शांततापूर्वक रहावी यासाठी प्रशासकीय व्यवस्थेत दुर्गपाल या अधिकाऱ्याची नियुक्ती करण्यात येई. दुर्गपाल हा प्रशासकीय अधिकारी दंडपाल या अधिकाऱ्याला आवश्यक अशी मदत करीत असे.

xiv) अंतपाल :

राज्यांचे, जनपदांच्या सीमांचे रक्षण करण्याच्या हेतूने अंतपाल या प्रशासकीय अधिकाऱ्याची नियुक्ती करण्यात येत असे. शत्रूपक्षाकडून होणाऱ्या संभाव्य आक्रमणाची माहिती राजाला देणे हे कार्य अंतपाल या अधिकाऱ्याला करावे लागत असे.

xv) अटविक :

जंगलाचे संरक्षण करण्याच्या हेतूने कौटिल्याने प्रशासन व्यवस्थेत अटविक या अधिकाऱ्याचा समावेश केलेला होता. जंगले सुरक्षित राहतील या दृष्टिकोनातून उपाय योजना आखणे हे कार्य अटविक या अधिकाऱ्याला करावे लागत होते.

xvi) कामान्तिक :

कच्चा माल आणि कारखाने यावर नियंत्रण ठेवण्यासाठी कामान्तिक या अधिकाऱ्याचा समावेश प्रशासकीय व्यवस्थेत केलेला होता. जनतेच्या मूलभूत गरजांची पूर्तता करण्यासाठी आवश्यक अशा वस्तूंचे उत्पादन करण्याची सूचना देण्याचे कार्य कामान्तिक या अधिकाऱ्याला करावे लागत होते.

xvii) युक्त–उपयुक्त :

प्रशासन व्यवस्थेतील एक प्रमुख अधिकारी म्हणून युक्त–उपयुक्त या अधिकाऱ्याची नियुक्ती करण्यात येई. सध्या जिल्हाधिकाऱ्याला जी कार्ये करावी लागतात तशाच प्रकारची कार्ये युक्त–उपयुक्त या अधिकाऱ्याला करावी लागत होती.

xviii) राजुक :

कौटिल्याने प्रशासन व्यवस्थेविषयी विचार मांडताना राजुक या अधिकाऱ्याचा प्रशासकीय व्यवस्थेत समावेश केलेला होता. राजुक या अधिकाऱ्याला विभागीय पातळीवर कार्य करावे लागत असे.

उपरोक्त मुद्यांच्या आधारे असे नमूद करता येईल की, राज्याचे संरक्षण व्हावे, राजा व प्रजा यांच्यात सुसंवाद रहावा, लष्करावर नियंत्रण रहावे, अंतर्गत शांतता आणि सुव्यवस्था प्रस्थापित व्हावी, सर्वसामान्य जनतेला न्याय मिळावा, जनतेच्या मूलभूत गरजांची पूर्तता व्हावी अशा विविध उद्दिष्टांची पूर्तता व्हावी या दृष्टिकोनातून कौटिल्याने प्रशासन व्यवस्थेविषयी विचार मांडलेले आहेत.

ड) गुप्त कालखंड :

प्राचीन भारतातील आणखी एक महत्त्वाचा राजकीय कालखंड म्हणून गुप्त घराण्याच्या कालखंडाचा उल्लेख करता येईल. भारतात मौर्य घराण्याच्या काळापासून लोकप्रशासनाचा जो ढाचा तयार झाला होता तोच कमी-अधिक प्रमाणात पुढे चालू राहिला. गुप्त कालखंडही यास अपवाद नव्हता. गुप्त राजांनी पूर्वीचीच प्रशासकीय व्यवस्था थोड्याफार फरकाने आपल्या काळातही चालू ठेवली.

१) राजाचे मध्यवर्ती स्थान :

गुप्त घराण्याने या देशात आपले विशाल साम्राज्य उभे केले होते. उत्तर हिंदुस्थानचा बराच मोठा प्रदेश काही काळ गुप्त राज्यकर्त्यांच्या अमलाखाली आला होता. त्या काळाचा विचार करता प्रशासनाची चोख व्यवस्था असल्याखेरीज इतक्या मोठ्या प्रदेशावर आपला अंमल प्रस्थापित करणे त्या राज्यकर्त्यांना शक्य झाले नसते हे उघड आहे. गुप्तांनी शासनसंस्थेचा प्रकार म्हणून अर्थातच राजेशाहीचा स्वीकार केला होता. किंबहुना प्राचीन काळी राजेशाही हाच शासनप्रकार सर्वत्र प्रचलित होता. गुप्त कालखंडात शासनव्यवस्थेत राजाला मध्यवर्ती स्वरूपाचे स्थान लाभले होते. राजा हा सर्वार्थाने राज्याचा मालक समजला जात होता. किंबहुना तो ईश्वराचा अंश मानला गेला होता. राजाच्या या स्थानाला हिंदूंच्या निरनिराळ्या धर्मग्रंथांनीही मान्यता दिली होती. त्यामुळे राजाच्या अधिकाराला कोणीही आव्हान देऊ शकत नव्हते. राजाची सत्ता व अधिकार सर्वश्रेष्ठ होते.

२) राजाचे सल्लागार व प्रशासकीय अधिकारी :

राजाचे स्थान सर्वश्रेष्ठ असले तरी राज्यकारभार चालविण्यासाठी राजाला इतर अधिकाऱ्यांच्या मदतीची गरज भासत होती. राजा आपले मंत्री व अमात्य यांच्या मदतीने राज्याचे प्रशासन चालवित असे. राज्यकारभारातील महत्त्वाच्या प्रश्नांवर तो मंत्र्यांचा सल्ला घेत असे. मंत्री व प्रशासकीय अधिकारी यांची नियुक्ती राजाकडून केली जात असे; त्यामुळे त्यांच्या बाबतीत राजनिष्ठा हा महत्त्वाचा घटक समजला जात असे.

३) प्रशासकीय विकेंद्रीकरण :

गुप्त साम्राज्याचा विस्तार मोठा असल्याने प्रशासनाच्या सोयीसाठी राज्याचे निरनिराळ्या प्रांतात विभाजन करण्यात आले होते. प्रांताच्या प्रमुखाला म्हणजे राज्यपालाला बरीच स्वायत्तता देण्यात आली होती. प्राचीन काळातील दळणवळणाच्या साधनांची कमतरता व मर्यादा विचारात घेता मध्यवर्ती सत्तेला दूरच्या प्रदेशावर प्र भावी नियंत्रण ठेवणे कठीण जात असे; त्यामुळे प्रांतांना जास्तीत-जास्त प्रशासकीय अधिकार देणे भाग पडत असे. प्रांतांच्या राज्यपालांना प्रशासकीय अधिकाऱ्यांची नियुक्ती करणे, महसूल गोळा करणे यांसारखे महत्त्वाचे अधिकार प्राप्त झाले होते. गुप्त काळात मध्यवर्ती सत्तेच्या नियंत्रणाखालील वित्तीय व्यवस्था अस्तित्वात नव्हती. महसूल गोळा करण्याचे कार्य मध्यवर्ती सत्तेकडून केले जात नव्हते; त्यामुळे आर्थिक विकेंद्रीकरणाला बराच वाव मिळाला होता. प्रांतांचे विभाजन पुन्हा लहान-लहान प्रादेशिक विभागात करण्यात आले होते. गुप्त काळातील सर्वात

लहान प्रशासकीय घटक ग्राम किंवा खेडे हा होता. त्याकाळी खेड्यांनाही बरीच प्रशासकीय स्वायत्तता लाभली होती. गावाचा बराचसा कारभार गावातील अधिकारी व पंच यांच्यामार्फत चालविला जात असे. गावाच्या अधिकाऱ्यांना महसूल जमा करण्याचे अधिकारही देण्यात आले होते.

१.१.२ मध्ययुगीन कालखंड :

भारताच्या इतिहासात इसवी सनाच्या तेराव्या शतकापासून मुस्लिम सत्तेचा कालखंड सुरू होतो. तेराव्या शतकापासून ते येथे इंग्रजी सत्तेची स्थापना होईपर्यंतचा कालखंड हा मुस्लिम कालखंड म्हणून ओळखला जातो. या कालखंडाचेही दिल्ली सल्तनतचा कालखंड व मोगल कालखंड असे दोन भाग पडतात.

अ) दिल्ली सल्तनतचा कालखंड :

भारतावर इसवी सनाच्या आठव्या शतकापासूनच मध्य-पूर्वेतील मुसलमानी राज्यकर्त्यांची आक्रमणे सुरू झाली होती. महंमद-बिन-कासीम याने आठव्या शतकात सिंधवर स्वारी करून सिंधचा राजा दाहीर याचा पराभव केला होता. पुढे महंमद गझनवी याने तर भारतावर सतरा स्वाऱ्या करून येथील संपत्तीची मोठ्या प्रमाणावर लूट केली हाती; परंतु येथे मुस्लिम सत्तेची स्थापना होण्यास बारावे शतक उजाडावे लागले. महंमद घोरी याने राजपूत राजा पृथ्वीराज चौहान याचा पराभव करून दिल्लीवर आपली सत्ता स्थापन केली. इ.स. १२०६ मध्ये कुतुबुद्दीन ऐबक याने या ठिकाणी गुलाम घराण्याची सत्ता स्थापन केली. त्या वेळेपासून दिल्ली सल्तनतचा किंवा सुलतानशाहीचा कालखंड सुरू होतो. या कालखंडात दिल्लीवर गुलाम घराणे, खिलजी घराणे, तुघलक घराणे, सय्यद घराणे व लोदी घराणे अशा पाच घराण्यांनी राज्य केले. मोगल घराण्याचा संस्थापक बाबर याने इ.स. १५२६ मध्ये पानिपतच्या पहिल्या लढाईत इब्राहिम लोदी याचा पराभव करून सल्तनतच्या कालखंडाची अखेर केली.

१) प्रशासकीय व्यवस्था :

सुलतानशीलचा कालखंड हा अनियंत्रित राजेशाहीचा कालखंड होता. राज्याची सर्व सत्ता सुलतानाच्या हाती केंद्रित झाली होती. त्यामुळे त्याच्या मर्जीप्रमाणे राज्यकारभार चालविला जात असे. अर्थात, सुलतानाला किंवा राजाला मदत करण्यासाठी मंत्री व इतर वरिष्ठ अधिकारी यांच्या नेमणुका केल्या जात असत. नेमणुकीचे सर्व अधिकार अर्थातच सुलतानाच्या हाती असत. तसेच मंत्री व इतर वरिष्ठ अधिकारी यांच्या कामाचे निश्चित स्वरूप ठरवून दिलेले नसे. सुलतानाच्या लहरीनुसार त्यात बदल केले जात असत. राजाच्या प्रमुख मंत्र्याला वजीर असे संबोधले जात असे. याखेरीज सैन्यदलाचा अधिकारी, न्यायव्यवस्थेचा अधिकारी, धार्मिक बाबींचा अधिकारी, कोषाधिकारी असे प्रशासनाच्या निरनिराळ्या विभागांचे प्रमुख अधिकारी राजाकडून नियुक्त केले जात असत.

२) प्रांतीक प्रशासन :

प्रशासनाच्या सोयीसाठी राज्याचे विभाजन निरनिराळ्या प्रांतात करण्यात आले होते. प्रांताच्या मुख्याधिकाऱ्यांच्या नियुक्त्या राजाच करीत असे. प्रांतांचे विभाजन पुन्हा सरकार, परगणा अशा विभागात करण्यात आले होते; परंतु राज्याची सत्ता सुलतानाच्या हाती एकवटली असल्याने प्रांतिक सरकारांना फारसे अधिकार मिळालेले नव्हते. प्रांताच्या प्रमुखाला सुलतानाच्या आदेशाप्रमाणे सर्व कारभार करावा लागत असे. तथापि, काही लष्करी व मुलकी अधिकाऱ्यांच्या नियुक्त्या करण्याचे अधिकार मात्र त्याला देण्यात आले होते; परंतु एकंदरच प्रांतिक सरकारांचे प्रशासन फारसे कार्यक्षम नव्हते. उल्लेखनीय गोष्ट म्हणजे, या काळात खेड्यांना काही प्रमाणात स्वायत्तता मिळाली होती. खेड्यांचा कारभार बऱ्याच अंशी स्थानिक पातळीवरच चालविला जात असे.

ब) मोगल कालखंड :

बाबर हा मोगल घराण्याचा संस्थापक होय. वर उल्लेख केल्याप्रमाणे १५२६ मध्ये त्याने पानिपतच्या पहिल्या लढाईत दिल्लीच्या लोदी घराण्याचा सुलतान इब्राहिम लोदी याचा पराभव केला. अशाप्रकारे भारतात मोगल घराण्याची सत्ता स्थापन झाली. बाबरनंतर हुमायून, अकबर, जहांगीर, शहजहान व औरंगजेब हे महत्त्वाचे राज्यकर्ते या घराण्यात होऊन गेले. इ.स. १७०७ मध्ये औरंगजेबाचा मृत्यू झाला. त्याच्यानंतर मोगल घराण्याला उतरती कळा लागली. तांत्रिकदृष्ट्या मोगल घराण्याची सत्ता १८५७ मध्ये संपुष्टात आली असे म्हटले जाते. इ.स. १८५७ च्या उठावानंतर इंग्रजांनी शेवटचा मोगल राज्यकर्ता बहदुरशहा जफर याची सत्तेवरून उचलबांगडी केली आणि मोगल सत्तेचा शेवट घडवून आणला. परंतु इ.स. १७०७ ते १८५८ या काळातील मोगल सत्तेचे अस्तित्त्व नाममात्र स्वरूपाचेच होते. राज्यात अनेक सत्ताकेंद्रे निर्माण झाली होती आणि मध्यवर्ती सत्ता पूर्णपणे दुबळी बनली होती.

१) मोगल सत्तेचा विस्तार :

मोगल सत्तेच्या कालखंडात प्रशासनाची सुव्यवस्थित घडी बसविण्याचे श्रेय मोगल सम्राट अकबर याच्याकडे जाते. बाबरला दिल्लीवर राज्य करण्याची संधी फक्त चार वर्षे मिळाली. त्यामुळे राज्याला राजकीय स्थैर्य प्राप्त करून देण्याकडेच त्याला आपले लक्ष केंद्रित करावे लागले. त्याच्यानंतर सत्तेवर आलेल्या हुमायूनची कारकीर्द खूपच संघर्षमय ठरली. अफगान सरदार शेरशहा याने त्याला सत्तेवरून हुसकावून लावले. त्यामुळे आयुष्याची जवळजवळ १५ वर्षे त्याला परागंदा अवस्थेत काढावी लागली. शेरशहाच्या मृत्यूनंतर पुन्हा दिल्लीची सत्ता काबीज करण्यात हुमायूनला यश आले. परंतु त्यानंतर वर्षभरातच त्याचा मृत्यू झाला. अशा परिस्थितीत आपल्या राज्याच्या प्रशासनाकडे लक्ष देण्यास त्याला पुरेसा अवधी मिळाला नाही.

हुमायूनचा मुलगा अकबर याने मात्र दिल्लीवर दीर्घकाळ राज्य केले. सत्तेवर आल्यानंतर अल्पावधीतच अकबरलाही फार मोठ्या राजकीय संकटाशी मुकाबला करावा लागला होता. परंतु पानिपतच्या दुसऱ्या लढाईत (इ.स. १५५६) विजय संपादन करून त्याने मोगल सत्तेला भारतात खऱ्या अर्थाने स्थैर्य प्राप्त करून दिले. त्यापुढील काळात अकबरने आपल्या राज्याचा झपाट्याने विस्तार घडवून आणला. त्याने ग्वाल्हेर, अजमेर, माळवा, जौनपूर, गोंडवन, बिकानेर, जोधपूर, रणथंबोर, कलींजर, गुजरात, बिहार, बंगाल, काश्मीर, सिंध, बलुचिस्थान, काबूल इत्यादी प्रदेश आपल्या नियंत्रणाखाली आणले. थोडक्यात, त्याने जवळजवळ संपूर्ण उत्तर हिंदुस्थानावर आपली सत्ता प्रस्थापित केली. अशाप्रकारे अकबरने मोगल सत्तेचे एका विशाल साम्राज्यात रुपांतर घडवून आणले. एक राज्यकर्ता या नात्यानेही अकबर महान होता म्हणून त्याला 'अकबर दी ग्रेट' असे संबोधले जाते.

२) सत्तेचे केंद्रीकरण :

अकबर व त्याच्यानंतरचे मोगल राज्यकर्ते स्वत:ला सम्राट किंवा बादशहा म्हणवून घेत असत. आपण स्वत:च सर्वार्थाने राज्याचे मालक आहोत ही त्यामागची त्यांची भावना होती. साहजिकच, त्यांनी राज्याची संपूर्ण सत्ता आपल्या हाती केंद्रित करण्यावर भर दिला होता. परिणामी, राजकीय सत्तेचे केंद्रीकरण हे मोगल कालखंडातील प्रशासनाचे एक महत्त्वाचे वैशिष्ट्य बनले. मोगल राज्यकर्त्यांनी सर्व प्रकारचे लष्करी व मुलकी अधिकार स्वत:कडे ठेवले होते. लष्करी व मुलकी अधिकाऱ्यांच्या नियुक्त्या राजाकडून केल्या जात असत. कायदे करण्याचे अधिकारही राजालाच प्राप्त झाले होते. न्यायव्यवस्थेचा प्रमुख म्हणूनही त्याच्याकडेच पाहिले जात होते. थोडक्यात, राजा किंवा सम्राट हा सर्व प्रकारच्या सत्तेचे व अधिकारांचे उगमस्थान बनून राहिला होता.

३) राज्याचे अधिकारी :

राजकीय सत्तेचे केंद्रीकरण हे मोगल कालखंडाचे एक वैशिष्ट्य सांगितले जात असले तरी राज्याचे प्रशासन चालविण्यासाठी निरनिराळ्या अधिकाऱ्यांची मदत घेणे राज्यकर्त्यांना भाग होते. या कालखंडातील प्रमुख अधिकारी म्हणून वकील व वजीर यांचा उल्लेख करता येईल. अकबराच्या काळात वकील या पदाला विशेष महत्त्व प्राप्त झाले होते; परंतु कालांतराने त्या पदाचे महत्त्व कमी होत गेले. वजीर हा राज्याचा सर्वात महत्त्वाचा अधिकारी समजला जात असे. राज्यव्यवस्थेत सम्राटाच्या खालोखाल या पदाला महत्त्व प्राप्त झाले होते. याखेरीज दिवाण (अर्थ व महसूल विभागाचा प्रमुख अधिकारी), मीर बक्षी (लष्करी विभागाचा प्रमुख अधिकारी), खान-इ-सामान (कारखान्यांचा प्रमुख अधिकारी), सद्र-उल-सदर (धर्म व न्यायव्यवस्था विभागाचा प्रमुख अधिकारी), मीर मुन्शी (सरकारी पत्रव्यवहार सांभाळणारा अधिकारी), दरोगा-इ-डाक चौकी (माहिती व गुप्तहेर विभागाचा प्रमुख अधिकारी) इत्यादी अधिकाऱ्यांना राज्याच्या प्रशासनात महत्त्वाचे स्थान लाभले होते. राजा त्यांच्या मदतीने राज्यकारभार चालवित असे. या सर्व अधिकाऱ्यांच्या नेमणुका अर्थातच सम्राटाकडून केल्या जात असत. त्यामुळे सर्व प्रमुख अधिकारी सम्राटाला प्रत्यक्ष जबाबदार असत. त्यांच्या सम्राटावरील निष्ठेला विशेष महत्त्व दिले जात असे.

४) नागरी विभागातील पोलीस प्रशासन :

राज्याच्या नागरी विभागतील आणखी एक महत्त्वाचा अधिकारी म्हणून कोतवालाचा निर्देश करता येईल. कोतवाल हा नागरी विभागातील पोलीस दलाचा प्रमुख अधिकारी होता. त्याच्यावर शहरात शांतता व सुव्यवस्था यांचे रक्षण करण्याची जबाबदारी सोपविण्यात आली होती. कोतवालाच्या प्रमुख कर्तव्यात रात्रीच्या वेळी शहरात पहारा देण्याची व्यवस्था करणे, चोरांचा शोध घेणे, गुन्ह्यांच्या शोधासाठी हेरांच्या नेमणुका करणे, किंमतीवर नियंत्रण ठेवणे, संशयित व अपरिचित व्यक्तींच्या हालचालींवर लक्ष ठेवणे, वारस नसलेल्या मृत व्यक्तींची मालमत्ता ताब्यात घेणे, आजूबाजूच्या गावांतून राज्याच्या दृष्टीने महत्त्वाची माहिती मिळविणे इत्यादी गोष्टींचा अंतर्भाव करण्यात आला होता.

५) महसूल व्यवस्था :

मध्ययुगीन काळात राज्याच्या उत्पन्नाचे प्रमुख साधन जमीन महसूल हे होते. त्यामुळे राज्याच्या महसूल व्यवस्थेला खास महत्त्व प्राप्त झाले होते. अर्थात, जुन्या काळात महसूल गोळा करण्याच्या पद्धतीत एकवाक्यतेचा प्रत्यय क्वचितच येत होता. महसूल गोळा करताना निश्चित स्वरूपाचे नियम किंवा तत्त्वे यांचा आधार घेण्याकडे राज्याचे अधिकारी फारसे लक्ष देत नसत. वसुली अधिकाऱ्यांची लहर किंवा मनमानी हाच महसूल जमा करण्याचा मुख्य निकष ठरत असे. त्यामुळे सामान्य शेतकरी नेहमीच अन्याय, जुलूम-जबरदस्ती व सरकारी अधिकाऱ्यांचा मनमानी कारभार यांचे बळी ठरत असत. अर्थात, काही राज्यकर्ते या नियमाला अपवाद होते. त्यांनी राज्याच्या महसूल व्यवस्थेत काही शिस्त व नियमबद्धता आणण्याचा प्रयत्न केला होता. या संदर्भात अफगान राज्यकर्ता शेरशहा याचा विशेषत्वाने उल्लेख करता येईल. मोगल राज्यकर्त्यांनी शेरशहाच्या महसूल व्यवस्थेचे अनुकरण करण्याचा प्रयत्न केला होता. मोगल राजवटीत महसुलाची नवी व्यवस्था तयार करण्याचे श्रेय अकबराचा महसूल अधिकारी राजा तोडरमल याला दिले जाते. त्याने जमिनीची मोजणी करण्याची नवी पद्धती अंमलात आणली. तसेच जमिनीच्या कमदुरानुसार तिची प्रतवारी ठरवून दिली. अर्थात, मोगल काळातील जमीन महसुलाचा दर खूपच जास्त म्हणजे सर्वसामान्य शेतकऱ्यांचे कंबरडे मोडणारा होता. कधी-कधी शेतीतून निघणाऱ्या उत्पन्नाचा तिसरा हिस्सा महसुलापोटी सरकारी खजिन्यात जमा केला जात असे.

६) राज्याचे प्रशासकीय विभाग :

मोगल काळात राज्याचे पुढील प्रशासकीय विभाग कार्यरत होते :

i) प्रांत किंवा सुभा :

मोगल साम्राज्याचा विस्तार मोठा असल्याने प्रशासनाच्या सोयीसाठी त्याचे निरनिराळ्या प्रांतात विभाजन करण्यात आले होते. या प्रांतांना सुभा असे म्हटले जात असे. प्रांतांच्या संख्येत काळानुसार बदल होत गेले. अकबरच्या काळात सुरूवातीला प्रांतांची संख्या बारा इतकी होती, पुढे ती पंधरावर गेली. नंतरच्या सम्राटांच्या काळात त्या संख्येत आणखी भर पडत गेली. औरंगजेबाच्या काळात मोगल साम्राज्यातील प्रांतांची संख्या तेवीस इतकी झाली होती. या प्रांतांची निर्मिती त्यांचे लष्करी महत्त्व व प्रशासकीय सोय या निकषांच्या आधारे करण्यात आली होती. स्थानिक संस्कृती, भाषा इत्यादी गोष्टी त्यासाठी विचारात घेतल्या गेल्या नव्हत्या. प्रांताच्या मुख्याधिकाऱ्याला 'सुभेदार' असे म्हटले जात असे. प्रांताच्या प्रशासनाची जबाबदारी त्याच्यावर सोपविण्यात आली होती. सुभेदाराला लष्करी व मुलकी असे दोन्ही प्रकारचे अधिकार मिळाले होते म्हणजे तो प्रांताच्या लष्करी प्रशासनाचा तसेच मुलकी प्रशासनाचा प्रमुख म्हणून कार्य करीत असे. प्रांताच्या लष्करी प्रशासनाचा प्रमुख या नात्याने प्रांतातील सैन्यदलावर देखरेख व नियंत्रण ठेवण्याचे कार्यही त्याला करावे लागत असे. सुभेदाराला काही न्यायिक अधिकारही प्राप्त झाले होते. परंतु त्याला प्रांताचे आर्थिक व महसुली अधिकार मात्र देण्यात आले नव्हते. हे अधिकार दिवाण या अधिकाऱ्याला दिले गेले होते. त्याची नियुक्ती राजा स्वतःच करीत असे. प्रांतिक सुभेदाराच्या हाताखाली सद्र, काझी यांसारखे अनेक अधिकारी असत. त्यापैकी काही अधिकाऱ्यांची नियुक्ती करण्याचे अधिकार सुभेदाराला मिळाले होते.

ii) जिल्हा किंवा सरकार :

प्रांतांची किंवा सुभ्यांची विभागणी पुन्हा 'सरकार' मध्ये करण्यात आली होती. सरकारची तुलना आत्ताच्या काळातील जिल्ह्याशी करता येईल. सरकाराच्या किंवा जिल्ह्याच्या कार्यकारी विभागाच्या प्रमुखाला फौजदार ही संज्ञा होती. तो जिल्ह्याच्या प्रशासनातील सर्वोच्च अधिकारी होता म्हणजे जिल्ह्याच्या प्रशासनातील त्याचे स्थान आताच्या जिल्हाधिकाऱ्याच्या स्थानाप्रमाणे होते. त्याची नियुक्ती राजाकडून केली जात असे; परंतु त्याला प्रांताच्या सुभेदाराच्या नियंत्रणाखाली काम करावे लागत असे. जिल्ह्यातील दुसरा महत्त्वाचा अधिकारी 'अमल गुजार' हा होता. त्याच्यावर जिल्ह्याच्या आर्थिक व महसुली विभागाची जबाबदारी सोपविण्यात आली होती. त्याला प्रांताच्या दिवाण या अधिकाऱ्याच्या नियंत्रणाखाली काम करावे लागत असे. फौजदार व अमल गुजार यांच्या हाताखाली काम करण्यासाठी अनेक अधिकाऱ्यांची नियुक्ती करण्यात आलेली असे.

iii) परगणा :

जिल्ह्याची म्हणजे सरकारची विभागणी आणखी लहान-लहान प्रादेशिक गटांत करण्यात आली होती. या लहान प्रादेशिक गटांना किंवा विभागांना परगणा असे म्हटले जात असे. प्रत्येक परगण्यात काही ठराविक गावांचा समोवश करण्यात आलेला होता. परगण्याची तुलना आत्ताच्या काळातील तालुका किंवा तहसील या घटकाशी करता येईल. मोगल राजवटीत गावाच्या स्थानिक प्रशासनाकडे मात्र फारसे लक्ष दिले गेले नव्हते. गावाचा कारभर परंपरेने चालत आलेल्या स्थानिक पंचायतीमार्फतच चालविला जात असे. राज्याच्या प्रशासनाचा सारा वसुलीपुरताच गावाशी संबंध येत असे.

१.१.३ ब्रिटीश कालखंड :

भारतात ईस्ट इंडिया कंपनीच्या स्थापनेनंतर वसाहतवादास सुरूवात झाली. ब्रिटिश सत्तेच्या स्थापलेल्या सुरूवातीला काळात भारतीय प्रशासकीय व्यवस्थेची ईस्ट इंडिया कंपनीच्या राजवटीखाली सुरूवात झाली. या काळातील प्रशासकीय

व्यवस्थेत पूर्वीच्या राजवटीतील प्रशासकीय वैशिष्ट्ये आणि संसदीय लोकशाही पद्धतीची तत्त्वे यांचा समन्वय झालेला आढळतो. वसाहत काळात भारतीय प्रशासनाचा झालेला विकास पुढील मुद्यांच्या आधारे जाणुन घेता येईल :

अ) ब्रिटिशकालीन कायदे :

भारतावर शासन करताना ब्रिटिशांनी वेगवेगळे कायदे केले. त्यातून भारतातील प्रशासन व्यवस्था आकारास आली. त्यामुळे या कायद्यांचा संदर्भ जाणून घेणे आवश्यक आहे.

१) १७७३ चा रेग्युलेटिंग ॲक्ट :

ईस्ट इंडिया कंपनीच्या काळात अनेक गैरव्यवहार व भ्रष्टाचार वाढीस लागले. त्यामुळे ईस्ट कंपनीच्या कारभारावर नियंत्रण ठेवण्यासाठी ब्रिटिश सरकारने सन १७७३ रोजी रेग्युलेटिंग ॲक्ट संमत केला. या कायद्यामुळे ईस्ट इंडिया कंपनीला ब्रिटिश पार्लमेंटच्या मार्गदर्शक तत्त्वांनुसार कार्य करणे बंधनकारक बनले. तसेच या कायद्यातुन प्रशासकीय केंद्रीकरणास चालना प्राप्त झाली; कारण कायद्यातील तरतुदीनुसार बंगालचा गव्हर्नर हा कंपनीच्या नियंत्रणाखालील सर्व भारतीय प्रदेशाचा गव्हर्नर बनला. त्यामुळे मुंबई व मद्रास प्रांतावर त्याचे नियंत्रण प्रस्थापित झाले. गव्हर्नर जनरलच्या मदतीसाठी चार सदस्यीय कार्यकारी मंडळ नेमण्यात आले. गव्हर्नर जनरल व कार्यकारी मंडळ यांना कार्यकारी व कायदेविषयक अधिकारांची प्राप्ती झाली.

२) १७८४ च्या पिटचा कायदा :

इंग्लंडचे तात्कालीन पंतप्रधान पिट यांच्या पुढाकाराने ब्रिटिश पार्लमेंद्वारे १७८४ ला एक कायदा संमत करण्यात आला. या कायद्यान्वये कंपनीच्या कारभारावर देखरेख ठेवण्यासाठी सहा सदस्यांचा समावेश असलेले एक नियामक मंडळ नेमण्यात आले. कंपनीच्या भारतातील प्रशासनावर नियंत्रण ठेवण्याचे अधिकार या नियामक मंडळास प्राप्त झाल्याने ब्रिटिश शासनाचे कंपनीच्या कारभारावर पूर्ण नियंत्रण प्रस्थापित झाले.

३) सनदी कायदे :

कंपनीच्या कारभारावर आणखी नियंत्रण ठेवण्याच्या उद्देशाने ब्रिटिश पार्लमेंटद्वारे पुढील वेगवेगळे सनदी कायदे संमत करण्यात आले.

i) १७९३ चा सनदी कायदा :

या कायद्यान्वये गव्हर्नर जनरलच्या अधिकारात वाढ घडून आली व त्यास आपल्या कार्यकारी मंडळाचा निर्णय डावलण्याचा अधिकार प्राप्त झाला. तसेच गव्हर्नर जनरलचे मुंबई व मद्रास प्रातांवरील नियंत्रण वाढले आणि मध्यवर्ती सत्ता बळकट बनली.

ii) १८१३ चा सनदी कायदा :

या कायद्यान्वये भारताबरोबरचा व्यापार इंग्लंडमधील सर्व व्यापाऱ्यांना खुला करण्यात आला व कंपनीची भारतातील मक्तेदारी संपुष्टात आली. तसेच नियामक मंडळाचे कंपनीच्या कारभारावरील नियंत्रणविषयक अधिकार स्पष्ट करण्यात आले व त्यात वाढ करण्यात आली.

iii) १८३३ चा सनदी कायदा :

या कायद्याद्वारे ईस्ट इंडिया कंपनीचे व्यापारविषयक सर्व अधिकार काढून घेण्यात आले. बंगालच्या गव्हर्नर जनरलला भारताचा गव्हर्नर जनरल बनविण्यात आले. कंपनीच्या नियंत्रणाखालील सर्व भारतीय प्रदेशाचा तो कार्यकारी प्रमुख बनला. कंपनीच्या लष्करी व मुलकी कामकाजावर त्याचे मोठ्या प्रमाणावर नियंत्रण प्रस्थापित झाले. नियामक मंडळाच्या अध्यक्षाला भारतविषयक कारभाराचा मंत्री बनविण्यात आले. एकूणच प्रांतिक सरकारच्या व्यवसहारांवर मध्यवर्ती सरकारचे नियंत्रण प्रस्थापित होवून केंद्रिकरणास चालणा प्राप्त झाली.

iv) १८५३ चा सनदी कायदा :

या कायद्याद्वारे ईस्ट इंडिया कंपनीच्या राज्य कारभाराची सनद नव्याने मिळाली असली, तरी तिचे नुतनीकरण किती वर्षांसाठी केले, याची स्पष्टता नव्हती. पूर्वीच्या कायद्याद्वारे गव्हर्नर जनरल व त्याचे कार्यकारी मंडळ यांना कार्यकारी व कायदेविषयक असे दोंन्ही अधिकार प्राप्त झाले होते. मात्र, या कायद्याने कायदेविषयक कार्यासाठी कार्यकारी मंडळात सहा अतिरिक्त सदस्यांचा समावेश केला गेला. म्हणजेच कार्यकारी मंडळापासून कायदे मंडळ वेगळे होण्यास सुरूवात झाली. बंगाल प्रांतासाठी स्वतंत्र गव्हर्नर जनरल नेमण्याची तरतूद या कायद्याद्वारे करण्यात आली.

४) मध्यवर्ती सरकारच्या विभागांत वाढ :

सन १७७४ पर्यंत मध्यवर्ती सरकारचे सार्वजनिक विभाग, गुप्त विभाग व महसुल विभाग हे तीनच विभाग कार्यरत होते. १७७६ ला गव्हर्नर जनरल व त्याचे कार्यकारी मंडळ यांचा समावेश असणारे सैनिकी मंडळ निर्माण करण्यात आले. १७८३ मध्ये परराष्ट्र विभाग निर्माण करण्यात आला. १८४३ रोजी भारत सरकारचे एक पूर्णपणे वेगळे सचिवालय निर्माण करण्यात आले. त्यात गृह विभाग, परराष्ट्र विभाग, वित्त विभाग आणि सैनिकी विभाग हे चार विभाग होते. १८५५ रोजी सार्वजनिक बांधकाम विभाग तयार करण्यात आला.

५) १८५८ चा कायदा :

१८५८ कायदा हा भारतीय प्रशासनाची रूपरेषा निर्धारित करण्यासंदर्भात महत्त्वाचा मानला जातो. कारण या कायद्यामुळे भारतातील ईस्ट इंडिया कंपनीच्या सत्तेची अखेर घडून आली व भारतातील राज्यकारभाराची सूत्रे इंग्लंडच्या राज्यपदाकडे सोपविण्यात आली. कंपनीच्या कारभारावर नियंत्रण ठेवणारी नियामक मंडळे नष्ट करण्यात आली. भारताच्या राज्यकारभारावर नियंत्रण ठेवण्यासाठी इंग्लंडच्या मंत्रिमंडळात भारतमंत्री हे पद निर्माण करण्यात आले व त्याच्या मदतीसाठी १५ सदस्यीय इंडिया कौन्सिल स्थापन करण्यात आले. गव्हर्नर जनरल हा भारतातील इंग्रजी सत्तेचा कार्यकारी प्रमुख बनला. तो इंग्लंड सरकारच्या वतीने भारताचा राज्यकारभार पाहू लागला. एकूणच या कायद्याद्वारे इंग्लंडच्या पार्लमेंटचे भारतीय प्रशासनावर संपूर्ण व प्रत्यक्ष नियंत्रण प्रस्थापित झाले. इंडिया कौन्सिलला महत्त्वाचे प्रशासकीय अधिकार देण्यात आले..

६) १८६१ चा कायदा :

भारतीय प्रशासनात काही बदल घडवून आणण्यासाठी ब्रिटिश पार्लमेंटने सन १८६१ रोजी भारतीय कौन्सिल कायदा संमत केला. याद्वारे कार्यकारी मंडळात आणखी पाच सदस्य नियुक्त करण्यात आले. गव्हर्नर जनरलला प्रशासकीय कामकाज योग्य प्रकारे चालविता यावे यासाठी प्रशासकीय नियम बनविण्यात आले व खाते विभागणी करण्यात आली. गव्हर्नर जनरलच्या कायदेमंडळाचा विस्तार करण्यात आला. कार्यकारी मंडळावर सदस्य नियुक्त करण्याचा अधिकार गव्हर्नर जनरला देण्यात आला. तसेच प्रांतीक कायदेमंडळांची निर्मिती करून मुंबई व मद्रास प्रांतास प्रांतांच्या संदर्भात कायदा करण्याचा अधिकार बहाल करण्यात आला.

ब) ब्रिटिशकालीन प्रशासकीय सुधारणा :

सन १८५८ पर्यंत ब्रिटिशांनी भारतात वेगवेगळे कायदे करून प्रशासकीय व्यवस्थेची जडण-घडण केली. पुढील काळात प्रशासनात सुधारणा घडवुन आणण्यासाठी प्रयत्न करण्यात आले.

१) लॉर्ड कनिंगच्या सुधारणा :

लॉर्ड कनिंग हा १८५८ च्या कायद्यान्वये भारताचा पहिला व्हाईसराय बनला. त्याने आपल्या काळात पुढील प्रशासकीय सुधारणा घडवून आणल्या.

i) पोलीस खात्यात सुधारणा :

लॉर्ड कनिंगने प्रांतिक सरकार पोलीस खात्याचा कारभार स्वतंत्रपणे सोपविला. प्रत्येक प्रांतासाठी पोलीस खात्याचा प्रमुख म्हणून इन्स्पेक्टर जनरल नियुक्त करण्यात आला. तसेच प्रत्येक जिल्ह्यात पोलीस सुपरिडंटच्या नेमणुका करण्यात आल्या.

ii) न्यायव्यवस्थेत सुधारणा :

न्यायव्यवस्थेत सुधारणा घडवून आणताना लॉर्ड कनिंगने १८६० मध्ये भारतीय दंड विधान लागू केले. १८६१ मध्ये कलकत्ता, मुंबई व मद्रास या ठिकाणी उच्च न्यायालयाची स्थापना करण्यात आली.

iii) नागरी सेवेत सुधारणा :

नागरीसेवेत सुधारणा घडवून आणण्यासाठी १८६१ रोजी भारतीय सनदी सेवा कायदा करण्यात आला. भारतीय प्रशासनातील सर्व वरिष्ठ पदे स्पर्धा परीक्षांद्वारे भरली जातील. अशी तरतूद याद्वारे करण्यात आली.

iv) प्रांतिक सरकार संदर्भात सुधारणा :

लॉर्ड कनिंगने प्रांतिक सरकारच्या अधिकारात वाढ घडवून आणण्याचे धोरण राबवले. प्रांतिक सरकारच्या आर्थिक व कायदेविषयक अधिकारांत वाढ करण्यात आली प्रांतिक सरकारला दरवर्षी खर्चासाठी ठराविक रक्कम देण्याची सोय करण्यात आली. तसेच अनावश्यक खर्चावर नियंत्रण घालण्याच्या सूचना करण्यात आल्या.

२) लॉर्ड लिटनच्या सुधारणा :

लॉर्ड लिटनच्या काळात पुढील प्रशासकीय सुधारणा करण्यात आल्या :

i) आर्थिक क्षेत्रात सुधारणा :

लॉर्ड लिटनने आपल्या कार्यकारी मंडळात अर्थ सदस्य असणाऱ्या यॉन स्ट्रॅपेच्या मदतीने आर्थिक क्षेत्रात सुधारण घडवून आणल्या. प्रांतिक सरकारांना दरवर्षी काही रक्कम देण्याऐवजी काही वस्तुंवरील महसुलाचे उत्पन्न देण्याची पद्धती सुरू करण्यात आली.

ii) नागरी सेवेत सुधारणा :

लॉर्ड लिटन याने १८७९ मध्ये 'स्टॅट्युटरी सिव्हिल सर्व्हिस' ची स्थापना केली आणि त्याद्वारे सरकारी नोकऱ्यांत भारतीय व्यक्तींना १/५ जागा मिळतील अशी व्यवस्था करण्यात आली. त्यामुळे सनदी सेवेत भारतीय लोकांना नोकऱ्या मिळू लागल्या.

३) लॉर्ड रिपनच्या सुधारणा :

लॉर्ड रिपनच्या काळात भारतीय प्रशासनात अनेक महत्त्वपूर्ण सुधारणा घडून आल्या.

i) स्थानिक शासनाचा प्रारंभ :

लॉर्ड रिपनने सत्तेच्या केंद्रीकरणाच्या धोरणास छेद देत स्थानिक शासनाच्या निर्मितीसाठी प्रयत्न केले. नगरपालिकांसारख्या स्थानिक स्वराज्य संस्थांची निर्मिती करण्यात आली. तसेच त्यांच्या अधिकारांमध्येदेखील वाढ करण्यात आली.

ii) १८८२ चा ठराव :

लॉर्ड रिपनने १८८२ रोजी एक ठराव मांडून स्थानिक स्वराज्य संस्थांच्या संख्येत वाढ घडवून आणण्याची आवश्यकता प्रतिपादन केली. जनतेला राजकीय व लोकशाही शिक्षण देण्यासाठी अशा संस्था आवश्यक आहेत. त्यामुळे या संस्थांवरील अशासकीय निर्वाचित सदस्य संस्थेत वाढ घडवून आणली जावी, जिल्हा लोकल बोर्ड व नगरपालिकांचा अध्यक्ष लोकांकडून निवडला जावा. स्थानिक संस्थांना उत्पन्नाची पुरेशी साधने उपलब्ध करून दिली जावी, असे अनेक मुद्दे या ठरावाद्वारे मांडण्यात आले. यातून वेगवेगळ्या प्रांतामध्ये जिल्हा लोकल बोर्डाच्या स्थापनेस चालना प्राप्त झाली.

४) १८९२ चा कायदा :

ब्रिटिश पार्लमेंटने सन १८९२ रोजी 'इंडियन कौन्सिल ॲक्ट' संमत केला. या कायद्यान्वये मध्यवर्ती कायदेमंडळाच्या सदस्य संख्येत वाढ करण्यात आली. तसेच सदस्यसंख्या निश्चितीबाबत नियम करण्यात आले. तसेच या कायद्यान्वये प्रांतिक कायदेमंडळाच्या सदस्य संख्येत देखील वाढ करण्यात आली. यामुळे कायदेमंडळास प्रतिनिधिक स्वरूप प्राप्त होण्यास मदत झाली. कायदेमंडळाला अधिकारांत वाढ घडून आली. कायदेमंडळाच्या सभासदांसाठी मर्यादित प्रमाणावर अप्रत्यक्ष निवडणूकीचे तत्त्व मान्य करण्यात आले.

५) १९०९ चा कायदा :

त्यावेळचा भारतमंत्री लॉर्ड मोर्ले आणि भारताचा व्हाइसरॉय लॉर्ड मिंटो यांच्या पुढाकाराने १९०९ रोजी इंडियन कौन्सिल कायदा संमत करण्यात आला. त्यामुळे या कायद्यास मोर्ले-मिंटो सुधारणा कायदा असे देखील म्हणतात. या कायद्यान्वये मध्यवर्ती कायदे मंडळाच्या सदस्य संख्येत व गव्हर्नर जनरलच्या कार्यकारी मंडळातील सदस्य संख्येत वाढ करण्यात आली. प्रांतिक कायदेमंडळाच्या सभासद संख्येत देखील वाढ करण्यात आली. कायदेमंडळाच्या अधिकारात वाढ करण्यात आली. तसेच कायदेमंडळातील सदस्यांसाठी अप्रत्यक्ष निवडणुकीची पद्धत अवलंबण्यात आली. या कायद्याद्वारे जातीय प्रतिनिधित्वाच्या तत्त्वास मान्यता देण्यात आली.

६) १९१९ चा कायदा :

भारतीय राष्ट्रीय काँग्रेसने ब्रिटिश सत्तेच्या विरोधातील आंदोलन दडपून टाकण्याच्या उद्देशाने १९०९ सालीच मोर्ले मिंटो सुधारणा कायदा घडवून आणलेला होता. मात्र या कायद्यामुळे जातीय प्रतिनिधीत्वाच्या मागणीने जोर धरला, हिंदू, मुस्लीम यांच्यात फूट घडवून आणण्याची ब्रिटिशांची कुटनीती भारतीयांच्या ध्यानात आली. भारतीय जनतेला संतुष्ट करण्यासाठी मोर्लेमिंटो सुधारणा उपयोगी ठरल्या नाहीत. परिणामी १९१९ साली ब्रिटिश संसदेने भारत प्रशासन कायदा संमत केला यालाच 'माँट्येग्यू चेम्सफोर्ड सुधारणा' असेही म्हणतात.

१९१९ च्या भारत प्रशासन कायद्यानुसार काही सुधारणा आणि बदल घडवून आणण्याचे निश्चित करण्यात आले त्याची माहिती पुढीलप्रमाणे :

i) द्विगृही कायदेमंडळ :

१९१९ च्या भारत प्रशासन कायद्यान्वये भारतीय कायदेमंडळाला कार्यकारी मंडळापासून स्वतंत्र ठेवण्याचा निर्णय घेण्यात आला. तसेच केंद्रीय कायदेमंडळात द्विगृही कायदेमंडळ अस्तित्वात आणण्याचे निश्चित करण्यात आले.

ii) प्रांतात एकगृही कायदेमंडळ :

१९१९ च्या भारत प्रशासन कायद्यान्वये प्रांतात एकगृही कायदेमंडळ पद्धती ठेवण्यात आली. मात्र त्यातील लोक प्रतिनिधींच्या संख्येत वाढ घडवून आणण्याचा धोरणात्मक निर्णय घेण्यात आला.

iii) प्रांतात द्विदल पद्धती :

१९१९ च्या भारत प्रशासन कायद्यान्वये प्रांतात द्विदल पद्धतीचा स्वीकार करण्याचा धोरणात्मक निर्णय घेण्यात आला. प्रांतिक सरकारच्या खात्यात राखीव खाती, सोपीव खाती असे प्रकार पाडण्यात आले. पोलीस, न्याय, महसूल, जलसिंचन ही खाती गव्हर्नर जनरलच्या कार्यकारी मंडळाकडे सोपविण्यात आली. शिक्षण, सहकारी संस्था, स्थानिक स्वराज्य, आरोग्य, उद्योग, जंगले अशी सोपीव खाती लोकनियुक्त मंत्र्यांकडे सोपविण्याचे ठरविले गेले.

वरील मुद्दे विचारात घेता असे आढळून येते की, माँट्येग्यू, चेम्सफोर्ड यांनी जो कायदा तयार केला त्यात विविध सुधारणा सुचविलेल्या होत्या. मात्र त्यातही काही उणिवा राहिल्या, कारण या सुधारणा कायद्यामुळे प्रांतांना काही अधिकार प्राप्त झालेले असले तरी 'व्हॉईसरॉय' हाच सत्ताप्रमुख राहिला. द्विदल शासन पद्धतीचा

प्रयोग अयशस्वी ठरला. १९१९ च्या कायद्यातील त्रुटी लक्षात घेतल्या तरीसुद्धा भारतात जबाबदार शासनपद्धती आणि लोकशाहीचा प्रयोग सुरू करण्याच्या उद्देशाने हा कायदा महत्त्वपूर्ण असल्याचे निदर्शनास येते.

७) १९३५ कायदा :

इ.स. १९१९ ते १९३५ या कालखंडात भारतीयांनी ब्रिटिश राज्यकर्त्यांशी असहकार पुकारला. १९२० साली भारतीय राजकारणाच्या इतिहासात गांधी युगाला सुरूवात झाली. ब्रिटिश सत्तेशी अहिंसात्मक मार्गाने लढा देण्याच्या तंत्राचा व्यवहार्य स्वीकार करण्यात आला. १९२७ साली सायमन कमिशन नियुक्त करण्यात आले. मात्र भारतीयांनी सायमन कमिशनवर बहिष्कार टाकला. १९३० ते १९३२ या कालखंडात ब्रिटिशांनी तीन गोलमेज परिषदा घेतल्या. मात्र या परिषदांना अपेक्षित असे यश मिळाले नाही. दरम्यान १९२८ च्या कलकत्ता अधिवेशनात वसाहतींना स्वातंत्र्य देण्यात यावे अशी मागणी करण्यात आली. मात्र, ब्रिटिशांनी या मागणीकडे संपूर्ण दुर्लक्ष केले. परिणामी १९३० च्या लाहोर अधिवेशनात भारतीय राष्ट्रीय काँग्रेसने संपूर्ण स्वातंत्र्याची मागणी केली. संपूर्ण स्वातंत्र्य मिळावे या उद्देशाने १९३० साली गांधीजींनी सविनय कायदेभंग चळवळ सुरू केली. असहकार, परकीय वस्तूंवर बहिष्कार, सरकारी कामकाजावर बहिष्कार असे विविध कार्यक्रम सुरू करण्यात आले. अशा राजकीय परिस्थितीत ब्रिटिश सरकारला प्रशासकीय सुधारणा घडवून आणण्यासाठी कायदा करण्याची आवश्यकता वाटू लागली. भारतीय जनतेला स्वयं शासनाचा अधिकार प्रदान करून त्यांच्यातील असंतोष दूर करण्याच्या उद्देशाने ब्रिटिश शासनाने १९३५ साली भारत प्रशासन कायदा तयार केला. भारतीय प्रशासन कायद्यानुसार करण्यात आलेले बदल पुढीलप्रमाणे :

भारतीय प्रशासन कायद्यातील विविध तरतुदी :

भारताच्या विद्यमान घटनेवर १९३५ च्या भारत प्रशासन कायद्याचा बराच प्रभाव पडलेला आहे. त्यातील मुख्य तरतुदी खालीलप्रमाणे सांगता येतात :

i) १९३५ च्या कायद्यानुसार भारतात संघराज्य शासनपद्धती सुरू करण्यात आली. भारतातील एकूण ११ प्रांत व देशी राज्ये या संघराज्यात सामील करण्यात येणार होती.

ii) केंद्र सरकार व घटकराज्ये यांच्यात अधिकारांची विभागणी करण्यात आली. त्यासाठी संघसूची, प्रांतसूची व समवर्ती सूची तयार करण्यात आली.

iii) भारतात केंद्रस्थानी द्विगृहात्मक कायदेमंडळ पद्धतीचा स्वीकार करण्यात आला.

iv) या कायद्यानुसार केंद्रस्थानी द्विदल शासनपद्धती सुरू करण्यात आली.

v) १९३५ च्या कायद्याद्वारे व्हॉईसरॉयच्या अधिकारात वाढ होऊन तो खरा वास्तववादी प्रमुख बनला.

vi) प्रांतातील द्विदल शासनपद्धती बंद करण्यात आली.

vii) भारतीय संघराज्यासाठी सांघिक न्यायालयाची तरतूद करण्यात आली. केंद्र व घटकराज्ये यातील संघर्ष मिटविण्यासाठी संघ न्यायालयाची तरतूद करण्यात आली.

क) बिटिशकालीन भारतीय प्रशासनाची वैशिष्ट्ये :

ब्रिटिश कालखंड हा भारतीय प्रशासन व्यवस्थेची जडण-घडण होणाच्या दृष्टिने महत्त्वाचा मानला जातो. या काळात ब्रिटिशांनी जे वेगवेगळे कायदे केले आणि ज्या प्रशासकीय सुधारणा घडवून आणल्या. त्यातुन भारतीय प्रशासन व्यवस्था निर्माण झाली. त्यामुळे स्वातंत्र्योत्तर काळात देखील देखील भारतीय प्रशासनाची रचना निर्माण करताना ब्रिटिशकालीन प्रशासन तत्त्वांचा प्रभाव पडलेला जाणवतो. ब्रिटिशकालीन भारतीय प्रशासनाची वैशिष्ट्ये पुढील मुद्यांच्या आधारे स्पष्ट करता येतील :

१) प्रबळ मध्यवर्ती सत्ता :

ब्रिटिशकालीन भारतात मध्यवर्ती सत्ता मोठ्या प्रमाणावर भक्कम होती. कारण ब्रिटिशांनी संपूर्ण प्रांतांवर एका मध्यवर्ती सत्तेचे नियंत्रण प्रस्थापित केले. त्यामुळे अनेक दुर्बल व कुमकुवत सत्ता केंद्रे निर्माण होऊ शकली नाहीत. याकाळात संस्थानांचे स्वतंत्र अस्तित्त्व टिकून असले. तरी ब्रिटिशांचा अप्रत्यक्षपणे त्यांच्यावर प्रभाव होता. १७७३ च्या रेग्युलेटिंग ॲक्टद्वारे गव्हर्नर जनरलचे सर्व प्रांतांवर नियंत्रण प्रस्थापित झाले. प्रांतिक सरकारला पुढील काळात राज्यकारभाराच्या सोयीसाठी काही अधिकार देण्यात आले असले, तरी मध्यवर्ती सत्तेचे त्यांच्यावर मोठ्या प्रमाणावर नियंत्रण प्रस्थापित झाले होते. प्रबळ मध्यवर्ती सत्तेमुळेच भारतासारख्या खंडः प्राय देशाची एकात्मता टिकून राहिली.

२) कार्यक्षम प्रशासन व्यवस्था :

ब्रिटिशांनी प्रशासन व्यवस्थेत कार्यक्षमता निर्माण करण्यावर भर दिला. त्यामुळे त्यांनी ईस्ट इंडिया कंपनीच्या प्रशासनातील गैरव्यवहार व भ्रष्टाचार यांवर नियंत्रण घालणाऱ्या यंत्रणा निर्माण केल्या. सत्तेची सूत्रे कंपनीकडून ब्रिटिश सरकारकडे आल्यावर भारतीय प्रशासन व्यवस्थेत वेळोवेळी सुधारणा घडवून आणल्या गेल्या व प्रशासकीय दोष आणि कमतरता यांचे उच्चाटन करण्यात आले. प्रशासनात नव्या व आधुनिक तंत्रांचा आणि यंत्रणांचा अवलंब करण्यात आला. एकूणच प्रशासनाची एक भक्कम चौकट या काळात निर्माण करण्यात आली.

३) कायद्यांवर आधारित प्रशासन :

ब्रिटिशपूर्व काळातील प्रशासन हे रूढी आणि परंपरा यांवर आधारित होते. मात्र, ब्रिटिश प्रशासनाचे वैशिष्ट्य म्हणजे ते कायद्यावर आधारित होते. प्रशासनात कुठल्याही रूढी व परंपरा यांना स्थान देण्यात आलेले नव्हते. ब्रिटिशांनी वेळोवेळी कायदे केले आणि त्या कायद्यातील तरतुदींना अनुसरून प्रशासन चालविले. रूढी व परंपरांचा आधार घेऊन सोयीप्रमाणे नियमांचा अर्थ लावला जात नव्हता. तर कायद्यातील तरतुदींचा आधार घेतला जातो. तर कायद्यातील तरतुदींची आधार घेतात. एकूणच ब्रिटिश काळात भारत कायद्याचे राज्य प्रस्थापित होण्यास मदत झाली.

४) समान न्यायाच्या तत्त्वावर आधारित प्रशासन :

ब्रिटिशांनी कायद्यानुसार प्रशासन चालविले होते. त्यामुळे हे कायदे व नियम सर्वांना समान स्वरूपात लागू करण्यात आले होते. त्यामुळे सर्वांना समान प्रमाणावर न्याय प्राप्त होत असे. समान न्याचाच्या तत्त्वामुळे प्रशासकीय अधिकाऱ्यांच्या मनमानीपणाला पक्षपाती धोरणांना आळा बसला. ब्रिटिशपूर्व काळात जात, धर्म, वंश या घटकांच्या आधारावर भेदभाव केला जात असे. मात्र ब्रिटिश प्रशासनात समाजातील कनिष्ठ स्तरातील व जातीतील लोकांना देखील समानतेची वागणूक प्राप्त झाली. भेदभाव न करण्यासाठी देखील ब्रिटिशांनी अनिष्ट प्रथांचे उच्चाटन घडवून आणण्यावर भर दिला.

५) नोकरशाहीचे वाढते महत्त्व :

ब्रिटिशकालीन भारतीय प्रशासनात नोकरशाहीस मोठे महत्त्व प्राप्त झाले होते. प्रशासन चालविण्यासाठी नोकरशाहीची असणारी आवश्यकता ब्रिटिशांनी ओळखली होती. प्रबळ मध्यवर्ती सत्ता, राज्याच्या कामात झालेली वाढ यातून नोकरशाहीस प्रभावी भूमिका पार पाडण्याची संधी प्राप्त झाली. नोकरशाही प्रशासनाचा मुख्य केंद्र बिंदू बनला. नोकरशाहीच्या प्रभावात वाढ घडून येण्याबरोबरच उदासीनता, दप्तरदिरंगाई भ्रष्टाचार, अकार्यक्षमता असे दोष देखील प्रशासनात निर्माण झाले.

६) वैभवाचे प्रदर्शन :

ब्रिटिश राज्यकर्ते भारतातील पूर्वीच्या सत्तांप्रमाणेच प्रशासन कार्य चालविताना मोठ्या प्रमाणावर वैभवाचे प्रदर्शन करत. छोट्या-छोट्या कारणांसाठी मोठमोठे दरबार भरविले जात, प्रशासकीय अधिकाऱ्यांचे मोठ मोठे दौरे काढले जात. समारंभ साजरे करताना देखील वैभवाचे प्रदर्शन केले जाई. या काळातील ब्रिटिश अधिकारी मोठ्या प्रमाणावर चैनीचे व ऐषारामाचे जीवन जगत असत. देशातील बहुसंख्य जनता दारिद्र्यात जीवन जगत असताना, ब्रिटिश अधिकारी मोठ्या प्रमाणावर उधळपट्टी करत.

७) भारतीयांना दुय्यम स्थान :

ब्रिटिश प्रशासनात भारतीयांना दुय्यम स्थान प्राप्त झाले होते. राणी व्हिक्टोरियाच्या या जाहिरमान्याद्वारे भारतीयांना अनेक आश्वासने देण्यात आली होती. मात्र प्रत्यक्ष शासन कारभार चालविताना ब्रिटिश अधिकाऱ्यांनी या आश्वासनांची पूर्तता करण्याकडे सातत्याने दुर्लक्ष केले. सरकारी नोकऱ्यांत भारतीयांना सामावून घेतांना भेदभाव केला जात. त्यांना प्रशासनातील महत्त्वाची पदे दिली जात नव्हती. तसेच न्यायदानाच्या वेळेस देखील भारतीयांसोबत पक्षपातीपणाचे धोरण राबविले जात असे.

८) प्रशासनाचे लोकशाहीकरण :

ब्रिटिश काळात भारतीय प्रशासनाचे मोठ्या प्रमाणावर लोकशाहीकरण घडून आले. ब्रिटिशांनी लोकशाही तत्त्वांना अनुसरून शासन कारभार चालविला. येथील शासनव्यवस्थेची लोकशाही आधारावर निर्मिती केली. कायद्याचे राज्य प्रस्थापित केले. तसेच प्रशासनात वेळोवेळी सुधारणा घडवून आणल्या. प्रातिनिधिक शासन, निवडणुकांचा अवलंब, मतदानाचा अधिकार, जबाबदार शासनपद्धती, सत्तेचे विकेंद्रीकरण यांसारख्या लोकशाही शासन व्यवहार तत्त्वांचा अवलंब करण्यात आला.

➩ १.२ भारतीय प्रशासनाची घटनात्मक चौकट :

भारतीय प्रजासत्ताक हे भारतीय राज्यघटनेद्वारे शासित आहे, जे २६ नोव्हेंबर १९४९ रोजी संविधान सभेने स्वीकारले होते आणि २६ जानेवारी १९५० रोजी अंमलात आले होते. भारतीय राज्यघटना भारतीयांच्या मूलभूत, राजकीय आणि नागरी हक्कांचे संरक्षण करण्याचा प्रयत्न करते. देशाच्या मूलभूत शासन रचनेला देखील मूर्त रूप देते. भारतीय राज्यघटनेत संसदीय स्वरूपाच्या शासन प्रणालीचा स्वीकार करण्यात आला आहे.

१.२.१ अर्थ :

संसदीय प्रणाली, ज्याला संसदीय लोकशाही किंवा संसदीय प्रजासत्ताक म्हणून देखील ओळखले जाते हे सरकारचे एक असे प्रारूप आहे जे सरकारच्या विधायी आणि कार्यकारी शाखांमधील घनिष्ठ संबंधाने वैशिष्ट्यीकृत आहे. संसदीय प्रणालीमध्ये, कार्यकारी शाखा आपली लोकशाही वैधता प्राप्त करते आणि विधान शाखेला जबाबदार असते, ज्याला सामान्यतः संसद म्हणून संबोधले जाते. सरकारची ही प्रणाली जगभरात मोठ्या प्रमाणावर वापरली जाते आणि बहुतेकदा अध्यक्षीय प्रणालींशी विरोधाभासी असते, जिथे कार्यकारी आणि विधान शाखा अधिक वेगळ्या असतात.

१.२.२ व्याख्या :

संसदीय प्रणालीच्या व्याख्या पुढीलप्रमाणे सांगता येतील :

१) रॉबर्ट डहल :

''संसदीय प्रणाली ही सरकारची एक प्रणाली अशी आहे, ज्यामध्ये सरकारचा प्रमुख विधायी शाखेद्वारे निवडला जातो आणि अशाप्रकारे कार्यकारी आणि विधान शाखा एकमेकांशी जोडल्या जातात.''

२) सर आयव्हर जेनिंग्ज :

''संसदीय प्रणाली ही सरकारची एक अशी प्रणाली आहे, ज्यामध्ये कार्यकारिणीला त्याची लोकशाही वैधता प्राप्त होते आणि ती थेट विधिमंडळाला (संसद) जबाबदार असते; कार्यकारी आणि विधान शाखा अशाप्रकारे एकमेकांशी जोडलेल्या आहेत.''

३) विल्यम एच. रायकर :

''संसदीय प्रणाली ही एक अशी राजकीय प्रणाली आहे, ज्यामध्ये कार्यकारी शाखा आपली लोकशाही वैधता प्राप्त करते आणि थेट विधानमंडळाला (संसद) जबाबदार असते आणि त्याच वेळी संसदेचा भाग असते.''

४) ए.व्ही. डायसी :

''संसदीय प्रणाली ही एक अशी प्रणाली आहे, ज्यामध्ये प्रमुख कार्यकारी कार्यालयांचे धारक विधिमंडळाकडून त्यांची वैधता मिळवतात आणि त्यांच्या कार्यालयाच्या संपूर्ण कार्यकाळात तिचे सदस्य राहतात.''

१.२.३ संसदीय प्रणालीचे घटक किंवा वैशिष्ट्ये :

भारतीय संसदीय प्रणालीचे घटक किंवा वैशिष्ट्ये खालील मुद्यांद्वारे स्पष्ट केले आहेत :

१) नाममात्र आणि वास्तविक प्रमुख :

राज्याचा प्रमुख एक औपचारिक पद धारण करतो आणि तो नाममात्र कार्यकारी असतो. उदाहरणार्थ, राष्ट्रपती. भारतात सरकारचा प्रमुख हा पंतप्रधान असतो जो खरा कार्यकारी अधिकारी असतो. भारतीय संविधानाच्या कलम ७५ मध्ये राष्ट्रपतींद्वारे पंतप्रधान नियुक्त करण्याची तरतूद आहे. कलम ७४ नुसार, पंतप्रधानांच्या नेतृत्वाखालील मंत्रिमंडळ राष्ट्रपतींना त्यांच्या कार्यात मदत करेल आणि सल्ला देईल.

२) कार्यपालिका हा विधिमंडळाचा एक भाग :

कार्यपालिका ही कायदेमंडळाचा एक भाग बनते. भारतात, कार्यकारिणीचा सदस्य होण्यासाठी व्यक्ती संसदेची सदस्य असली पाहिजे. तथापि, घटनेत अशी तरतूद आहे की एखादी व्यक्ती संसद सदस्य नसल्यास सलग सहा महिन्यांपेक्षा जास्त कालावधीसाठी मंत्री म्हणून नियुक्त केली जाऊ शकत नाही.

३) बहुसंख्य पक्षाचे नियम :

कनिष्ठ सभागृहाच्या निवडणुकीत जो पक्ष बहुमताने जागा जिंकतो तो सरकार बनवतो. भारतात, राष्ट्रपती लोकसभेतील बहुमत असलेल्या पक्षाच्या नेत्याला सरकार स्थापन करण्यासाठी आमंत्रित करतात. राष्ट्रपती नेत्याची पंतप्रधान म्हणून नियुक्ती करतात आणि इतर मंत्री पंतप्रधानांच्या सल्ल्यानुसार राष्ट्रपती नियुक्त करतात. कोणत्याही पक्षाला बहुमत न मिळाल्यास राष्ट्रपती पक्षांच्या युतीला सरकार स्थापनेसाठी आमंत्रित करू शकतात.

४) सामूहिक जबाबदारी :

मंत्रिमंडळ संसदेला एकत्रितपणे जबाबदार असते. संसदेच्या कनिष्ठ सभागृहात अविश्वास प्रस्ताव मंजूर करून सरकार बरखास्त करण्याची क्षमता असते. भारतात, लोकसभेतील बहुसंख्य सदस्यांचा पाठिंबा मिळेपर्यंत सरकार टिकते. त्यामुळे लोकसभेला सरकारविरुद्ध अविश्वास प्रस्ताव आणण्याचा अधिकार आहे.

५) सत्तेचे केंद्र म्हणून पंतप्रधान :

भारतात पंतप्रधान हाच वास्तविक कार्यकारी प्रमुख असतो. तो सरकारचा, मंत्रिमंडळाचा आणि सत्ताधारी सरकारचा प्रमुख असतो. त्यामुळे त्याला सरकारी कामकाजात महत्त्वाची भूमिका बजावावी लागते.

६) संसदीय विरोधी पक्ष :

संसदेत कोणतेही सरकार शंभर टक्के बहुमत मिळवू शकत नाही. राजकीय कार्यकारिणीकडून अधिकाराचा मनमानी वापर रोखण्यात विरोधी पक्ष महत्त्वाची भूमिका बजावतो. म्हणून भारतीय संसदीय प्रणालीत विरोधी पक्षास महत्वाचे मानले जाते.

७) स्वतंत्र नागरी सेवा :

सरकारी कर्मचारी सल्ला देतात आणि सरकारच्या निर्णयांची अंमलबजावणी करतात. गुणवत्तेवर आधारित निवड प्रक्रियेद्वारे नागरी सेवकांच्या कायम नियुक्त्या केल्या जातात. सरकार बदलले तरीही सनदी सेवक कायम असतात. नागरी सेवा कर्तव्ये आणि जबाबदाऱ्या पार पाडण्यात कार्यक्षमता सुनिश्चित करते.

८) द्विसदनीय विधानमंडळ :

भारतासह संसदीय प्रणालीचे अनुसरण करणाऱ्या बहुतेक देशांमध्ये द्विसदनी विधानमंडळ आहे. या सर्व देशांतील कनिष्ठ सभागृहाचे सदस्य लोकांकडून निवडले जातात. सरकारचा कार्यकाळ संपला किंवा सभागृहात बहुमत नसल्यामुळे सरकार स्थापनेला वाव नसेल तर कनिष्ठ सभागृह विसर्जित केले जाऊ शकते. भारतात पंतप्रधानांच्या शिफारशीनुसार राष्ट्रपती लोकसभा विसर्जित करू शकतात.

९) गुप्तता :

संसदीय प्रणालीतील कार्यकारिणीच्या सदस्यांना कार्यवाही, कार्यकारी बैठका, धोरण ठरवणे इत्यादी बाबींमध्ये गोपनीयतेचे तत्त्व पाळावे लागते. भारतात मंत्री त्यांच्या कार्यालयात प्रवेश करण्यापूर्वी गोपनीयतेची शपथ घेतात.

१.२.४ संसदीय प्रणालीचे फायदे :

संसदीय प्रणालीचे खालील फायदे आहेत :

१) प्रातिनिधिक लोकशाही :

भारतीय संसदीय प्रणाली प्रातिनिधिक लोकशाहीच्या तत्त्वांना मूर्त रूप देते, ज्यामध्ये निवडून आलेले प्रतिनिधी निर्णय प्रक्रियेत लोकांचा आवाज म्हणून काम करतात. सरकार मतदारांना उत्तरदायी राहील हे सुनिश्चित करून, नियमित निवडणुकांद्वारे नागरिकांना त्यांचे प्रतिनिधी निवडण्याची संधी मिळते.

२) राजकीय स्थिरता :

भारतातील संसदीय प्रणाली राजकीय पक्षांमध्ये सहमती निर्माण आणि सहकार्य वाढवून राजकीय स्थिरतेसाठी योगदान देते. अध्यक्षीय व्यवस्थेत कार्यकारी आणि विधान शाखा वेगवेगळ्या पक्षांद्वारे नियंत्रित केल्या जाऊ शकतात, मात्र संसदीय प्रणाली सुरळीत प्रशासनास चालना देते कारण कार्यपालिका बहुसंख्य पक्ष किंवा विधिमंडळातील युतीकडून तयार केली जाते.

३) लवचिकता आणि अनुकूलता :

भारतीय संसदीय प्रणाली तिच्या लवचिकता आणि बदलत्या राजकीय गतिशीलता व सामाजिक गरजांसाठी अनुकूलतेसाठी ओळखली जाते. सामूहिक निर्णय घेण्यावर आणि विधिमंडळातील वादविवाद आणि चर्चांद्वारे विविध दृष्टिकोन सामावून घेण्याची क्षमता यावर भर देऊन, संसदीय प्रणाली उदयोन्मुख आव्हाने आणि विकसित परिस्थितींना अधिक प्रभावीपणे प्रतिसाद देते.

४) उत्तरदायित्व :

भारतीय संसदीय प्रणालीचा एक महत्त्वाचा फायदा म्हणजे जबाबदारी सुनिश्चित करण्यासाठीची यंत्रणा होय. प्रश्नोत्तरे, संसदीय समित्या आणि वादविवाद अशा विविध माध्यमातून मंत्री आणि सरकारी अधिकारी संसदेला

जबाबदार धरले जातात. हे पारदर्शकता आणि देखरेख वाढवते, सत्तेचा दुरुपयोग किंवा भ्रष्टाचाराची शक्यता कमी करते.

५) कार्यक्षम कायदा बनवणे :

संसदीय प्रणाली विधायी प्रक्रिया सुव्यवस्थित करून कार्यक्षम कायदा बनविण्यास सुलभ करते. अध्यक्षीय व्यवस्थेत कार्यकारी मंडळ आणि कायदेमंडळ यांच्यातील वाद प्रगतीला अडथळा आणू शकतात, मात्र संसदीय प्रणाली कायदे त्वरीत पास करण्यास सक्षम असते कारण कार्यकारी मंडळ हे विधिमंडळाचा भाग असते आणि त्याच्या धोरणांसाठी सहजपणे समर्थन मिळवते.

६) सर्वसमावेशक प्रतिनिधित्व :

भारतीय संसदीय प्रणाली विविध गट आणि समुदायांना राजकीय प्रक्रियेत सहभागी होण्याची संधी देऊन सर्वसम ावेशक प्रतिनिधित्वाला प्रोत्साहन देते. अनुसूचित जाती, अनुसूचित जमाती आणि महिला यासारख्या समाजातील उपेक्षित घटकांसाठी जागांच्या आरक्षणाद्वारे, सर्व आवाज ऐकले जातील आणि निर्णय घेणाऱ्या संस्थांमध्ये त्यांचे प्रतिनिधित्व केले जाईल याची खात्री करण्यासाठी ही प्रणाली प्रयत्न करते.

७) नियंत्रण आणि संतुलन :

जरी संसदीय प्रणाली कार्यकारी मंडळाच्या हातात सत्ता केंद्रित करते, परंतु सत्तेचा दुरुपयोग रोखण्यासाठी त्यात नियंत्रण आणि संतुलनाचे तत्व देखील समाविष्ट केले आहे. कायदे आणि धोरणे संविधानाशी सुसंगत आहेत याची खात्री करून आणि मूलभूत अधिकारांचे संरक्षण करून न्यायव्यवस्था कायदेमंडळ आणि कार्यकारी शाखांवर नियंत्रण ठेवते.

८) विरोधी पक्षांचे राजकारण :

संसदीय वादविवादांचे विरोधी पक्षांचे स्वरूप राजकीय पक्षांमध्ये निरोगी स्पर्धा वाढवते, सरकारी धोरणे आणि कृतींची कठोर तपासणी उत्तेजित करते. सरकारला जबाबदार धरण्यात, त्याच्या निर्णयांना आव्हान देण्यात आणि पर्यायी दृष्टीकोन मांडण्यात विरोधी पक्ष महत्त्वाची भूमिका बजावतात, त्यामुळे लोकशाही व्यवस्था समृद्ध होते.

९) शासनाचे सातत्य :

भारतीय संसदीय व्यवस्थेत, नेतृत्व बदल किंवा राजकीय उलथापालथीच्या काळातही शासनाचे सातत्य सुनिश्चित केले जाते. अध्यक्षीय प्रणालींत कार्यकारिणीतील बदलामुळे प्रशासनात व्यत्यय येतो, मात्र संसदीय प्रणाली विश्वासाची मते किंवा अविश्वास प्रस्ताव यासारख्या यंत्रणेद्वारे सत्तेच्याअखंड संक्रमणास चालना देते.

१०) नागरिकांचा सहभाग :

भारतीय संसदीय प्रणाली नागरिकांना राजकीय प्रक्रियेत सहभागी होण्यास प्रोत्साहन देते. सार्वजनिक सल्लामसलत, याचिका आणि तळागाळातील सक्रियता यासारख्या मार्गांद्वारे नागरिक धोरणनिर्मितीवर प्रभाव टाकतात आणि त्यांच्या प्रतिनिधींना जबाबदार धरतात, ज्यामुळे राष्ट्राची लोकशाही चौकट मजबूत होते.

➩ १.३ संघराज्य व्यवस्था :

भारतीय राज्यघटनेत 'संघराज्य' असा शब्दप्रयोग आढळत नाही. राज्यघटनेच्या पहिल्या कलमात भारत हा राज्यांचा संघ असेल अशी तरतूद आहे. मात्र, भारतात संघराज्य पद्धती प्रचलित आहे असे मानले जाते. कारण भारतीय राज्यघटनेद्वारे केंद्र सरकार व राज्य सरकार यांच्यात अधिकारांची विभागणी करण्यात आली आहे. राज्यघटनेच्या सातव्या विभागात केंद्रसूची (९९ विषय), राज्यसूची (६१ विषय) व समवर्ती सूची (५२ विषय) याद्वारे केंद्र सरकार

व राज्य सरकार यात अधिकारांची विभागणी करण्यात आली आहे. केंद्र-सरकार व राज्यसरकार यांचे कायदेविषयक, प्रशासकीय व आर्थिक अधिकार वेगवेगळे आहे. अधिकार विभागणीवरून वाद निर्माण झाल्यास, त्याची सोडवणूक करण्याची जबाबदारी सर्वोच्च न्यायालयावर सोपविण्यात आली आहे. म्हणजेच लिखित राज्यघटना, स्वायत्त न्यायपालिका, अधिकार विभागणी, द्विगृही कायदेमंडळ ही लक्षणे भारत संघराज्य असल्याची निदर्शक आहेत. मात्र, भारतीय संघराज्यात अमेरिकेप्रमाणे संघराज्य व्यवस्थेच्या वैशिष्ट्यांचा तंतोतंत स्वीकार करण्यात आलेला नाही. अमेरिकेप्रमाणे भारतात दुहेरी नागरिकत्व, दुहेरी राज्यघटना, दुहेरी न्यायपालिका, कायदेमंडळाच्या वरिष्ठ सभागृहात घटकराज्यांना समान प्रतिनिधीत्व, घटकराज्यांना शेष अधिकारांची प्राप्ती ही तत्वे स्वीकारण्यात आलेली नाही. तर केंद्र सरकारला राज्यसूचीतील विषयावर कायदे करण्याचा अधिकार प्राप्त होतो. तसेच केंद्र सरकार राज्यपालांच्या माध्यमातून घटकराज्यांच्या प्रशासनावर नियंत्रण ठेवते. घटक राज्यांच्या तुलनेत केंद्राची उत्पन्नाची साधनेदेखील जास्त आहे. याशिवाय संसाधनांचे वाटप, सिमाप्रश्न, नद्यांच्या पाणी वाटपाचा प्रश्न हे भारतीय संघराज्यात तणाव निर्माण करणारे घटक आहे. एकूणच भारतीय संघराज्यात केंद्रीकरणाची प्रवृत्ती आढळून येते.

१) केंद्रोत्सारी संघराज्य :

केंद्रोत्सारी व केंद्राकर्षी अशा दोन पद्धतीने संघराज्य निर्माण होते. केंद्राकर्षी संघराज्यात वेगवेगळी घटकराज्ये एकत्र येवून संघराज्याची निर्मिती करतात. तर केंद्रोत्सारी संघराज्यात एकाच विशाल एकात्म राज्याचे रूपांतर प्रशासनाच्या सोयीसाठी वेगवेगळ्या घटकराज्यांत केले जाते. भारत हे केंद्रोत्सारी संघराज्य असल्याचे स्पष्ट होते. कारण भारतात, एकात्म भारताचे प्रशासनाच्या सोयीसाठी वेगवेगळ्या घटकराज्यांत विभाजन करण्यात आले व अधिकार विभागणीद्वारे घटकराज्यांना काही अधिकार देण्यात आले. त्यामुळे भारतीय संघराज्यात केंद्र सरकार हे घटकराज्य सरकारपेक्षा अधिक प्रभावी आहे. कारण केंद्राद्वारे घटकराज्यांना अधिकार देण्यात आले आहेत.

२) अधिकार विभागणी :

भारतीय संघराज्यात केंद्र सरकार व घटकराज्य सरकार यांच्यात कायदेविषयक, प्रशासकीय व आर्थिक अधिकारांची घटनेद्वारे विभागणी करण्यात आली आहे. राज्यघटनेच्या सातव्या विभागात केंद्रसूची (९९ विषय), राज्यसूची (६१ विषय) आणि सामाईक सूची (५२ विषय) या तीन सूची देण्यात आल्या आहेत. केंद्र सूचीतील विषयांबाबत कायदे करण्याचा अधिकार केंद्र सरकारला आहे. राज्य सूचीतील विषयांसंदर्भात कायदे करण्याचा अधिकार राज्य सरकारला आहे. तर सामाईक सूचीतील विषयांसंदर्भात कायदे करण्याचा अधिकार केंद्र व राज्य सरकार दोन्हींना आहे. मात्र, सामाईक सूचीतील विषयाबाबतचा राज्य सरकारचा कायदा केंद्र सरकारच्या त्याच विषयावरील कायद्याशी विसंगत असल्यास राज्याचा कायदा रद्द होतो. याखेरीज तिनही सूचीत दिलेल्या विषयांखेरीज जे शेषाधिकार आहेत, त्याबाबत कायदे करण्याचा अधिकार केंद्र सरकारला आहे.

३) एकच राज्यघटना :

अमेरिका व स्वित्झर्लंडसारख्या संघराज्यात घटकराज्यांची राज्यघटना वेगळी व संघराज्याची राज्यघटना वेगळी, म्हणजे दोन राज्यघटना प्रचलित आहेत. भारतात मात्र, एकच राज्यघटना प्रचलित असून, ती केंद्र सरकार व घटकराज्य सरकार या दोन्हींना लागू होते. देशातील सर्व घटकराज्यांना राज्यघटनेतील तरतुदींप्रमाणे आपला कारभार चालविणे बंधनकारक आहे. राज्यघटना हा देशातील सर्वोच्च कायदा मानला जातो. राज्यघटनेद्वारेच संघराज्य व्यवस्थेचे स्वरूप निर्धारित होते.

४) एकेरी नागरिकत्व :

संघराज्यातील नागरिकांना दुहेरी नागरिकत्व प्राप्त झालेले असते. अमेरिका व स्वित्झर्लंडमधील नागरिक आपापल्या घटकराज्यांचे व संघराज्यांचे नागरिक असतात. म्हणजेच त्यांना दुहेरी नागरिकत्व आहे. भारतात मात्र, एकेरी

नागरिकत्व येथील नागरिकांना देण्यात आले आहे. भारतातील कोणतीही व्यक्ती ही केवळ भारत देशाचा नागरिक असते, असे नाही तर ती घटकराज्याचाही नागरिक नसते. तसेच कोणाला नागरिकत्व द्यायचे हे केंद्र सरकार ठरविते. घटकराज्य सरकार कोणाला नागरिकत्व बहाल करू शकत नाही. नागरिकत्वाबाबतचे कायदे करण्याचा अधिकार भारतीय संसदेला आहे.

५) एकात्म न्यायव्यवस्था :

अमेरिकन संघराज्यात दुहेरी न्यायव्यवस्था आहे. म्हणजे तेथे घटकराज्यांचे न्यायमंडळ वेगळे व संघराज्यांचे न्यायमंडळ वेगळे आहे. भारतात मात्र, न्यायविषयक अधिकारांची केंद्र सरकार व राज्य सरकार यात विभागणी करण्यात आलेली नाही. त्यामुळे भारतात एकेरी न्यायव्यवस्था प्रचलित आहे. भारतात केंद्रीय पातळीवर सर्वोच्च न्यायालयाची निर्मिती करण्यात आली असून त्यास संपूर्ण देशाच्या संदर्भात महत्त्वपूर्ण अधिकार देण्यात आले आहेत. सर्वोच्च न्यायालयाचा निर्णय देशातील सर्व उच्च व कनिष्ठ न्यायालयावर बंधनकारक असतो.

६) घटकराज्यांना असमान प्रतिनिधित्व :

प्रामुख्याने संघराज्य व्यवस्थेत कायदेमंडळांना वरिष्ठ सभागृहात समान प्रतिनिधित्व दिले जाते. अमेरिकेच्या सिनेटमध्ये प्रत्येक घटकराज्यास दोन सदस्य पाठविण्याचा अधिकार आहे. भारताच्या, राज्यसभा या कायदेमंडळाच्या वरिष्ठ सभागृहात घटकराज्यांना समान प्रतिनिधित्व देण्यात आलेले नाही. तर घटकराज्याचा आकार व तेथील लोकसंख्या यांचा विचार करून प्रत्येक घटकराज्यांच्या राज्यसभेतील प्रतिनिधींची संख्या ठरविली जाते.

७) अखिल भारतीय सेवा :

अमेरिकेत शासकीय सेवांमध्ये अधिकाऱ्यांची नेमणूक करण्याचा अधिकार प्रत्येक घटकराज्यास असतो. भारतात मात्र अखिल भारतीय सेवांचे तत्त्व स्वीकारण्यात आले आहे. त्यामुळे प्रत्येक घटकराज्य आपल्या अंतर्गत प्रशासनात अधिकाऱ्यांची स्वतंत्रपणे नेमणूक करत असले तरी वरिष्ठ पदावरील प्रशासकीय अधिकाऱ्यांच्या नेमणुका अखिल भारतीय सेवेतूनच होत असतात. संघ लोकसेवा आयोग अशा प्रशासकीय अधिकाऱ्यांची भरती करतो व त्यांना घटकराज्यांच्या सेवेत पाठविले जाते. हे प्रशासक घटकराज्यांच्या नियंत्रणाखाली काम करत असले, तरी त्यांच्या सेवाशर्ती, बढती, बदली याबाबत अंतिम निर्णय केंद्र सरकारचा असतो.

८) आणीबाणीच्या काळात एकात्म व्यवस्था :

भारतीय संघराज्याचे महत्त्वपूर्ण वैशिष्ट्य म्हणजे संकटमय काळात त्याचे एकात्म व्यवस्थेत होणारे रूपांतर होय. भारतात जेव्हा आणीबाणी लागू केली जाते तेव्हा घटराज्यांची स्वायत्तता नाहीशी होते व केंद्र सरकारद्वारे संपूर्ण देशाचा कारभार चालविला जातो. आणीबाणीच्या काळात केंद्र सरकार राज्यसूचीतील विषयांसंदर्भात देखील कायदे करू शकते. याकाळात अधिकार विभागणीचे तत्व बाजूला ठेवले जाते व घटकराज्यांच्या प्रशासनासंदर्भात सर्व अधिकार केंद्राला प्राप्त होतात. आणीबाणीची परिस्थिती नष्ट झाल्यानंतर पुन्हा संघराज्याच्या तत्वावर कारभार चालविला जातो.

९) राज्यपाल पद :

'राज्यपाल पद' हे देखील भारतीय संघराज्याचे एक वैशिष्ट्य मानावे लागेल. कारण अमेरिकेसारख्या संघराज्यात राज्यपालपदाची तरतूद नाही. त्यामुळे घटकराज्यांच्या कारभारावर केंद्र सरकारचे नियंत्रण नसते. भारतात मात्र, राष्ट्रपती प्रत्येक घटकराज्यांत राज्यपालाची नेमणूक करतो. राज्यपाल हा त्या घटकराज्याच्या प्रशासनाचा प्रमुख असतो. राज्यपालाची नेमणूक ही केंद्र सरकारच्या प्रभावातून होत असते. त्यामुळे राज्यपालाच्या माध्यमातून संबंधित घटकराज्याच्या प्रशासनात हस्तक्षेप करण्याचा किंवा त्यावर नियंत्रण ठेवण्याचा मार्ग केंद्र सरकारला प्राप्त होतो. कारण राज्यपाल संबंधित घटकराज्यात राष्ट्रपती राजवट लागू करण्याची शिफारस करू शकतो.

१०) केंद्रशासित प्रदेश :

भारतात घटकराज्यांप्रमाणेच काही विभागांची केंद्रशासित प्रदेश म्हणून व्यवस्था करण्यात आली आहे. भारतीय संघराज्याचे हे वैशिष्ट्य मानावे लागेल. अमेरिकेत केंद्रशासित प्रदेश नाहीत. भारतात केंद्रशासित प्रदेशांचा कारभार हा केंद्र सरकारच्या नियंत्रणाखाली चालविला जातो. राष्ट्रपती अशा केंद्रशासित प्रदेशात चिफ कमिशनरची नेमणूक करतो. म्हणजेच या प्रदेशांना आपल्या प्रशासनाबाबत घटकराज्यांप्रमाणे स्वायत्तता नाही, तर ते केंद्राच्या नियंत्रणाखाली असतात.

११) प्रबळ केंद्र सरकार :

संघराज्य व्यवस्थेत घटकराज्य सरकार प्रबळ असते हे अमेरिकेच्या उदाहरणावरून दिसून येते. भारतात मात्र केंद्र सरकारला प्रबळ बनविण्यात आले आहे. घटकराज्यांनी संघराज्यातून फुटून निघण्याचा प्रयत्न करू नये यासाठी केंद्रास प्रबळ बनविणे घटनाकारांना आवश्यक वाटले. अधिकार विभागणीबाबत केंद्र सरकारला झुकते माप देण्यात आले आहे. घटकराज्यांच्या तुलनेत केंद्र सरकारची उत्पन्नाची साधने देखील जास्त आहेत. संसद कायदा करून घटकराज्यांच्या सीमा, नाव यात बदल करू शकते, तसेच घटनादुरूस्तीच्या बाबतीत देखील केंद्र सरकारला अधिक अधिकार देण्यात आले आहेत. काही विशिष्ट परिस्थितीत केंद्र सरकार राज्यसूचीतील विषयांवर कायदे करू शकते. आंतरराज्य परिषद, क्षेत्रीय परिषद, वित्त आयोग, नियोजन आयोग यासारख्या यंत्रणांवर देखील केंद्राचे वर्चस्व आहे. एकूणच भारतीय संघराज्यात केंद्रीकरणाची प्रवृत्ती आढळून येते.

➯ १.४ भारतीय प्रशासनाची ठळक वैशिष्ट्ये :

भारतात लोकशाही विकेंद्रीकरणाचे तत्त्व स्वीकारून प्रशासकीय सत्तेची केंद्रशासन, राज्यशासन आणि स्थानिक शासन अशा तीन पातळ्यांवर विभागणी केली आहे. यातील प्रशासनाची प्रत्येक पातळी आपल्यावरील पातळीस जबाबदार राहून स्वायत्तपणे कार्य करते. भारतीय प्रशासकीय व्यवस्थेची घडी बसत असतानाच प्रशासनाची काही अंगभूत वैशिष्ट्ये निर्माण झालेली दिसतात. ती पुढीलप्रमाणे पाहता येतील :

१) घटनेद्वारे नियंत्रित प्रशासन :

भारताचे प्रशासन हे राज्यघटनेद्वारे नियंत्रित असणारे प्रशासन आहे. भारतात केंद्र सरकार व घटकराज्य सरकार यासाठी एकाच राज्यघटनेचा पुरस्कार करण्यात आलेला असल्यामुळे सरकारला त्या चौकटीतच आपला कारभार करावा लागतो. भारतातील सर्व कार्यालये, पदे व त्यातील अधिकार व्यवस्था ही राज्यघटनेप्रमाणे तयार करण्यात आलेली आहे. त्यामुळे घटनेद्वारे नियंत्रित प्रशासन हे भारताच्या प्रशासनाचे वैशिष्ट्य सांगता येईल.

२) वेगवेगळे स्तर :

भारतीय राज्यघटनेतील तरतुदीनुसार भारतीय प्रशासनाचे वेगवेगळे स्तर पाडण्यात आले आहेत. प्रशासकीय सोयीच्या दृष्टीने केंद्र, राज्य व स्थानिक असे स्तर करण्यात आले आहेत. आपला प्रशासकीय खर्च भागविण्यासाठी या घटकांना केंद्राच्या आर्थिक मदतीवर अवलंबून रहावे लागते. केंद्रशासन अनेक महत्त्वपूर्ण प्रशासकीय अधिकाऱ्यांची नेमणूक राज्य प्रशासनातील महत्त्वपूर्ण पदांवर करत असल्यामुळे राज्याचे प्रशासन हे केंद्राच्या अधीन असलेले दिसून येते.

३) केंद्रीय लोकसेवा आयोग :

भारताच्या प्रशासनाच्या दृष्टीने केंद्रीय लोकसेवा आयोग महत्त्वाचा मानला जातो. कारण प्रशासनातील विविध जागांवर अधिकारी व कर्मचारी यांची नियुक्ती करण्याचे कार्य याद्वारे केले जाते. सर्व प्रकारच्या प्रशासकीय पदांसाठी पात्रता परीक्षा घेऊन प्रशासकीय जागा भरल्या जातात. त्यामुळे केंद्र प्रशासनात कार्यक्षमता व पारदर्शकता निर्माण होते. म्हणून केंद्रीय लोकसेवा आयोग हे भारतीय प्रशासनाचे वैशिष्ट्य आहे.

४) नोकरशाहीचे वाढते महत्त्व :

भारतीय प्रशासनात नोकरशाहीचे महत्त्व वाढत आहे. याचे कारण म्हणजे महत्त्वाच्या प्रशासकीय अधिकाऱ्यांच्या सत्तेत व अधिकारात होत असलेली वाढ हे आहे, तसेच प्रशासकीय नोकर व कार्यालये यांच्या संख्येत देखील वाढ घडून आली. त्यामुळे आजच्या काळात विस्तृत आकारामुळे नोकरशाहीचे वर्चस्व प्रस्थापित झाले आहे. प्रत्येकाचा आपल्या दैनंदिन जीवनात नोकरशाहीशी संबंध येत असतो.

५) केंद्रीय सचिवालय :

केंद्रशासनाने निर्माण केलेल्या फायद्यांची अंमलबजावणी करण्यासाठी तसेच केंद्रशासनाची धोरणे व कार्यक्रम राबविण्यासाठी मोठ्या सेवक वर्गाची आवश्यकता असते. त्यासाठी भारतात केंद्रीय लोकसेवा आयोग व राज्य लोकसेवा आयोगांमार्फत अधिकारी व सचिव नेमले जातात. सचिवांचा एकत्रित उल्लेख करण्यासाठी सचिवालय असा शब्दप्रयोग केला जातो.

६) स्थानिक प्रशासनाचे वाढते महत्त्व :

भारतातील वेगवेगळ्या राज्यांमध्ये पंचायत राजव्यवस्थांचा स्वीकार करून प्रशासनाचे विकेंद्रीकरण करण्यात आलेले आहे. पंचायत राजचे मजबुतीकरण सर्व राज्यांमध्ये झालेले दिसते. स्थानिक प्रशासनामुळे सरकारच्या योजना, धोरणे यांचे लाभ सामान्य माणसापर्यंत पोहोचण्यास मदत झाली आहे. स्थानिक प्रशासन हे राज्य शासनाच्या नियंत्रणाखाली येते. त्यामुळे तेथील विकास व जनतेचा वाढता सहभाग यास चालना मिळते.

७) केंद्रीय निर्वाचन आयोग :

भारतातील निवडणुकांविषयीचे सर्व प्रशासकीय कामकाज पार पाडण्यासाठी निर्वाचन आयोगाची स्थापना करण्यात आली आहे. केंद्रीय निवडणूक आयोग केंद्रातील सर्व निवडणुकांविषयीचे प्रशासन सांभाळतो. त्यामुळे केंद्रात नियमित व पारदर्शक निवडणुकींच्या दृष्टीने त्याचे कार्य महत्त्वाचे ठरते. केंद्रीय निर्वाचन आयोगाचे स्थान भारतात वैशिष्ट्यपूर्ण आहे.

८) भ्रष्टाचार व दप्तर दिरंगाई :

भारतीय प्रशासनात भ्रष्टाचार व दप्तर दिरंगाई यासारखे दोष निर्माण झालेले आहेत. भारतातील बऱ्याचशा सार्वजनिक कार्यालयातील कारभार हा संथ गतीने व नियमांच्या जटील प्रक्रियेद्वारे चालतो. त्यामुळे दप्तर दिरंगाई निर्माण होते. तसेच प्रशासकीय अधिकाऱ्यांद्वारे केला जाणारा भ्रष्टाचार सर्वच स्तरावरील प्रशासनात आढळून येतो. त्यामुळे भ्रष्टाचार व दप्तर दिरंगाई ही भारतीय प्रशासनाची वैशिष्ट्ये आहेत.

९) प्रशासकीय सुधारणा :

आधुनिक काळात भारताने कल्याणकारी राज्याचा दृष्टिकोन स्वीकारलेला असल्याने गुणात्मक विकास घडवून आणण्यासाठी परिणामकारक प्रशासन यंत्रणा तयार करण्याची गरज भासते. विविध प्रकारच्या समस्या भारतात निर्माण होताना दिसतात. त्या समस्यांचे निराकरण करण्याचे कार्य शासनव्यवस्थेला करावे लागते. त्यामुळे प्रशासकीय यंत्रणेत आमूलाग्र बदल व सुधारणा कराव्या लागतात. तसेच प्रशासकीय यंत्रणा चालवणारे राज्यकर्ते व नोकरवर्ग यांच्यातही सुधारणा घडवून आणणे गरजेचे आहे.त्यासाठी भारतात प्रशासकीय सुधारणा घडवून आणण्यावर भर दिला जातो.

❋❋❋❋

सरावासाठी प्रश्न

प्र. १. दीर्घोत्तरी प्रश्न.

१) भारतीय प्रशासनाच्या प्राचीन इतिहासाबद्दल विवेचन करा.

२) भारतीय प्रशासनाच्या मध्ययुगीन इतिहासाबद्दल तपशीलवार स्पष्टीकरण द्या.

३) ब्रिटिश काळातील भारतीय प्रशासनाविषयी माहिती सांगा.

४) संसदीय प्रणाली म्हणजे काय? भारतातील संसदीय प्रणालीबद्दल माहिती सांगा.

५) भारतीय संघराज्याची ठळक वैशिष्ट्ये स्पष्ट करा.

६) भारतीय प्रशासनाची मूलभूत वैशिष्ट्ये स्पष्ट करा.

प्र. २. टिपा लिहा.

१) प्राचीन भारतीय प्रशासन.

२) मध्ययुगीन भारतीय प्रशासन.

३) ब्रिटिश काळातील भारतीय प्रशासन.

४) भारतातील संसदीय प्रणाली.

५) भारतीय संघराज्याची वैशिष्ट्ये.

६) भारतीय प्रशासनाची वैशिष्ट्ये.

❋❋❋❋

प्रकरण २

केंद्रीय प्रशासन

➪ प्रस्तावना :

भारतात देशाचा संपूर्ण राज्य कारभार चालविण्याची जबाबदारी केंद्रीय प्रशासनावर असते. राज्य कारभाराच्या सोयीसाठी घटकराज्य पातळीवर प्रशासकीय यंत्रणा निर्माण करण्यात आल्या आहेत. मात्र, केंद्रिय प्रशासनाचे सर्व प्रशासकीय यंत्रणांवर नियंत्रण असते. भारताचे कार्यकारी मंडळ प्रशासनाच्या कार्यवाहीत महत्त्वाची भूमिका पार पाडते. राज्यघटनेने कार्यकारी अधिकार राष्ट्रपतींना बहाल केले आहेत. मात्र पंतप्रधान आणि मंत्रिमंडळ यांच्याद्वारे कार्यकारी अधिकारांचा वापर केला जातो. धोरण निर्मिती व धोरणाची अंमलबजावणी, कायदा निर्मिती व कायद्याची अंमलबजावणी ही सर्व कार्ये पंतप्रधान आणि त्याचे मंत्रिमंडळ पार पाडते. पंतप्रधान कार्यालय हे प्रशासकीय व्यवहारांचे संचालन करते. मंत्रिमंडळाच्या रचनेत कॅबिनट मंत्र्यांना महत्त्वाचे स्थान असते. त्यामुळे सर्व महत्त्वपूर्ण निर्णय कॅबिनेटच्या बैठकांमध्ये घेतले जातात. त्यासाठी कॅबिनेट सचिवालयांची निर्मिती करण्यात आली आहे. भारत सरकारचे केंद्रिय सचिवालय हे प्रशासन व्यवस्थेचा महत्त्वपूर्ण घटक आहे. कारण सर्व प्रशासकीय कार्ये केंद्रिय सचिवालयाद्वारे पार पाडली जातात. त्यामुळे या सर्व मुद्यांच्या आधारे केंद्रीय प्रशासनाचा आढावा घेणे योग्य ठरेल.

➪ २.१ पंतप्रधान :

भारताने संसदीय शासनपद्धतीचा स्वीकार केलेला असल्यामुळे पंतप्रधान हाच वास्तववादी सत्ताप्रमुख आहे. लोकसभेच्या सार्वत्रिक निवडणुकीत ज्या राजकीय पक्षास बहुमत प्राप्त होते. त्यापक्षाच्या नेत्याची राष्ट्रपती पंतप्रधानपदी नियुक्ती करतात. राज्यघटनेच्या ७५ व्या कलमात यासंदर्भातील तरतूद आहे. जेव्हा लोकसभेत कुठल्याही एका राजकीय पक्षास बहुमत प्राप्त होत नाही तेव्हा विविध राजकीय पक्ष आघाडी करून बहुमत स्पष्ट करतात. त्या आघाडीच्या नेत्याची राष्ट्रपती पंतप्रधानपदी नेमणूक करतात. लोकसभेचा सदस्य होण्यासाठी जी पात्रता आवश्यक असते तीच पात्रता पंतप्रधान पदासाठी आवश्यक असते. लोकसभेचा कार्यकाल जेवढा असतो, तेवढाच पंतप्रधानांचा कार्यकाल

असतो. हा कार्यकाल सामान्यपणे पाच वर्षांचा मानला जातो. मात्र, त्यापूर्वी सत्तारूढ पक्षाने लोकसभेत आपले बहुमत गमाविले किंवा लोकसभेने मंत्रिमंडळाविरोधात अविश्वासाचा ठराव संमत केला तर पंतप्रधानांना आपल्या पदाचा राजीनामा द्यावा लागतो. भारताच्या पंतप्रधानांचे अधिकार व भूमिका पुढीलप्रमाणे समजून घेता येईल.

२.१.१ पंतप्रधानांचे अधिकार व कार्ये :

भारतीय शासनपद्धतीचा वास्तविक प्रमुख या नात्याने पंतप्रधानांना महत्त्वाची कार्ये पार पाडावी लागतात. ती पुढीलप्रमाणे:

१) मंत्रिमंडळाचा निर्माता व रक्षणकर्ता :

पंतप्रधान हा मंत्रिमंडळाचा केंद्रबिंदू आहे. मंत्र्यांची ज्येष्ठता ठरविणे, खाते वाटप करणे, शासन कार्य सुव्यवस्थित होण्यासाठी शासनाचे विभाग पाडणे, मंत्र्यांवर देखरेख ठेवणे, मंत्र्यांना मार्गदर्शन करणे ही कार्ये मंत्रिमंडळाचा प्रमुख या नात्याने पंतप्रधानास करावी लागतात.

२) मंत्रिमंडळाचा अध्यक्ष :

अ) मंत्रिमंडळाचे अध्यक्षपद भूषविण्याचा अधिकार पंतप्रधानाचा आहे. त्या अंतर्गत मंत्रिमंडळाची बैठक बोलाविणे, विषय ठरविणे, मंत्रिमंडळाने बैठकीत घेतलेले निर्णय जाहीर करणे इत्यादी कामे पंतप्रधान करतात.

ब) मंत्रिमंडळात मतभेद निर्माण झाल्यास ते दूर करून मंत्र्यांमध्ये साहचर्य घडविणे, मंत्र्यांकडून त्यांच्या खात्याचे प्रतिवृत्त मागून घेणे, त्यांना आदेश देणे हे अधिकार पंतप्रधानांना आहेत.

३) लोकसभेचा नेता :

पंतप्रधान हा लोकसभेचा नेता आहे. मंत्रिमंडळातील कोणताही मंत्री संसदेमध्ये पंतप्रधानांसारखे संपूर्ण मंत्रिमंडळाचे प्रतिनिधित्व करू शकत नाही. तसेच पंतप्रधान हा कायदेमंडळातील बहुमत प्राप्त पक्षाचा पुढारी आहे. त्या नात्याने

अ) लोकसभेची कार्यक्रमपत्रिका निश्चित करणे.

ब) संसदेच्या अधिवेशनाचा निश्चित काळ ठरविणे.

क) प्रवक्ता या नात्याने लोकसभा कामकाजाची नीती ठरविणे.

ड) कायदेमंडळात विचारल्या गेलेल्या प्रश्नांची समर्पक उत्तरे देणे ही कामे पंतप्रधानांना पार पाडावी लागतात.

४) नीतिनिर्धारण करणे :

पंतप्रधानांकडे शासकीय खाते नसले तरी देशांतर्गत आणि आंतरदेशीय संबंधविषयक धोरण राबविणे हा अधिकार पंतप्रधानांचाच आहे. आंतरराष्ट्रीय क्षेत्रात भारताचे धोरण ठरविणे, ते सुदृढ करणे, परकीय संबंध तोडणे, युद्ध जाहीर करणे, युद्धविषयक तह किंवा करारनामे करणे ही पंतप्रधानांची कार्ये आहेत. कधीकधी पंतप्रधान आंतरराष्ट्रीय परिषदांमध्ये स्वतः उपस्थित राहतात किंवा आपले प्रतिनिधी पाठवितात.

५) विशेष स्थान :

पंतप्रधान हा मंत्रिमंडळ व राष्ट्रपती यांना जोडणारा दुवा आहे असे म्हटले जाते. मंत्रिमंडळातील प्रत्येक मंत्र्याचा राष्ट्रपतींशी अधिकृत संबंध येऊ शकत नाही. पंतप्रधान व्यक्तिशः राष्ट्रपतींना भेटू शकतात. त्यांच्याशी राज्यकारभाराबाबत चर्चा करू शकतात. राष्ट्रपतींचा एक उत्कृष्ट सल्लागार म्हणून पंतप्रधान काम पाहतात. राज्यकारभाराविषयीची कोणतीही सूचना राष्ट्रपती पंतप्रधानांना देतात. पंतप्रधानांशी सल्लामसलत करून संकटकाळाची घोषणा राष्ट्रपतींकडून केली जाते.

६) अधिकाऱ्यांची नियुक्ती :

प्रशासन कार्यासाठी महत्त्वपूर्ण असे शासकीय व प्रशासकीय अधिकारी पंतप्रधानांच्या सल्ल्याने राष्ट्रपती नियुक्त करतात.

७) पक्षाचा केंद्रबिंदू :

पक्षाध्यक्ष आणि पंतप्रधान या नात्याने सार्वत्रिक निवडणुकीत आपल्या पक्षातर्फे कोणत्या उमेदवाराला, कोठून उभे करायचे, आपल्या पक्षाच्या शासनाच्या घटकराज्यात मुख्यमंत्री कोणाला नेमायचे याचे निर्णय पंतप्रधान घेतात. त्यामुळे पक्षाचा केंद्रबिंदू असे स्थान पंतप्रधानांना प्राप्त झाले आहे.

८) संकटकालीन अधिकाराचा वापर :

भारतीय संविधानाने राष्ट्रपतींना दिलेल्या संकटकालीन अधिकारांची प्रत्यक्ष अंमलबजावणी पंतप्रधान करतात. आणीबाणी लागू करण्याबाबत पंतप्रधानांचा सल्ला राष्ट्रपती मानतात. राष्ट्रपती राजवट सुरू करण्याबाबतही पंतप्रधान राष्ट्रपतींशी चर्चा करतात.

२.१.२ पंतप्रधानांची भूमिका :

पंतप्रधानांची कार्ये विचारात घेता, त्यांना शासन कारभारात महत्त्वाची भूमिका प्राप्त झालेली असल्याचे स्पष्ट होते. पंतप्रधानांची भूमिका पुढील मुद्द्यांच्या आधारे स्पष्ट करता येईल :

१) मंत्रिमंडळाच्या कमानीची मध्यशिला :

पंतप्रधान हा मंत्रिमंडळाचा नेता म्हणून कार्य करीत असतो. मंत्रिमंडळातील पंतप्रधानाचे स्थान अत्यंत महत्त्वाचे असून लॉर्ड मोर्ले या राजकीय विश्लेषकांनी पंतप्रधानाला मंत्रिमंडळाच्या कमानीची मध्यशिला असे संबोधलेले आहे. पंतप्रधान आपल्या मंत्रिमंडळातील सर्व मंत्र्यांना विश्वासात घेऊन जनहिताची ध्येय-धोरणे आखतो व अमलात आणतो. थोडक्यात, भारतीय संघराज्य व्यवस्थेत पंतप्रधानाचे स्थान अत्यंत महत्त्वाचे असल्याचे मानण्यात येते. पंतप्रधान मंत्रिमंडळासह लोकसभेला सामूहिकरित्या जबाबदार राहतो.

२) पक्षाचा नेता :

पंतप्रधान लोकसभेतील बहुमत असलेल्या पक्षाचा नेता असतो. पक्षनेता या नात्याने पंतप्रधान कार्य करीत असला तरी लोकसभेचा नेता या दृष्टीने तो कायदेनिर्मितीचे कार्य अतिशय परिणामकारकरित्या करीत असतो. जनहिताच्या दृष्टीने तयार करण्यात येणारे ९५% कायदे मंत्रिमंडळ तयार करीत असले तरी त्यावर पंतप्रधानाचे नियंत्रण असते. लोकसभेतील सत्ताधारी व विरोधी पक्षातील नेत्यांना विश्वासात घेऊन पंतप्रधान कायदेनिर्मिती करतो. लोकसभेतील जनप्रतिनिधींचे पंतप्रधानाच्या कार्यावर, कार्यपद्धतीवर नियंत्रण असते. त्यामुळे लोकसभेत कार्यरत असताना पंतप्रधान लोकमताचा विचार करुनच कार्य करीत असतो.

३) जनतेचा नेता :

पंतप्रधान हा संपूर्ण देशातील जनतेचा नेता असतो. पंतप्रधान विशिष्ट पक्षाचा नेता असला तरी पंतप्रधान या नात्याने तो जनतेचे प्रतिनिधित्व करीत असतो. जनहिताची धोरण तयार करणे व त्याची अंमलबजावणी करणे अशी कार्ये पंतप्रधानालाच करावी लागतात. थोडक्यात, भारतीय संघराज्य व्यवस्थेत पंतप्रधान पद अतिशय महत्त्वपूर्ण असल्याचे मानण्यात आलेले आहे.

४) नियोजन मंडळाचा अध्यक्ष :

पंतप्रधान हा घटनात्मकदृष्ट्या नियोजन मंडळाचा अध्यक्ष असून सर्वसामान्य जनतेच्या हितासाठी जी धोरणे तयार करण्यात येतात त्यावर पंतप्रधानाचे प्रत्यक्ष वा अप्रत्यक्ष नियंत्रण असते. देशातील सर्वसामान्य जनतेचे भले व्हावे, तयार करण्यात येणाऱ्या योजनांचा सर्वसामान्य जनतेला लाभ व्हावा या दृष्टीने सार्वजनिक धोरणांची अंमलबजावणी व्हावी या उद्देशाने नियोजन मंडळाच्या कार्यावर पंतप्रधानाचे नियंत्रण असते.

५) राष्ट्रपती व मंत्रिमंडळ यातील दुवा :
राष्ट्रपती व मंत्रिमंडळ यांतील दुवा म्हणून पंतप्रधान महत्त्वाची भूमिका पार पाडतो. पंतप्रधान राष्ट्रपतींना मंत्रिमंडळाच्या कार्यासंबंधी माहिती पुरवितो तसेच राष्ट्रपतींनी केलेल्या सूचना, त्यांनी दिलेला सल्ला तो मंत्रिमंडळापर्यंत पोहचवितो. पंतप्रधानांची ही भूमिका कार्यकारी मंडळाअंतर्गत समन्वय प्रस्थापित होण्याच्या दृष्टीने महत्त्वाची मानली जाते. यातून कार्यकारी मंडळाअंतर्गत समतोल टिकून राहण्यास मदत होते.

६) वास्तविक प्रमुख :
देशाच्या शासन कारभाराचा वास्तविक प्रमुख या नात्याने देखील पंतप्रधानांची भूमिका महत्त्वाची मानली जाते. पंतप्रधान हा लोकनिर्वाचित नेता असतो. त्यामुळे त्यास सर्व वास्तविक अधिकार प्राप्त होत असतात. राष्ट्रपतींना आपल्या अधिकारांचा वापर पंतप्रधानांच्या सल्ल्यानेच करावा लगतो. तसेच पंतप्रधानांचा सल्ला हा मंत्रिमंडळासाठी अंतिम असतो. मंत्रिमंडळातील सदस्य हे पंतप्रधानास जबाबदार राहून कार्य पार पाडतात. त्यामुळे देशाच्या राज्यकारभाराची रूपरेषा पंतप्रधानांकडून निर्धारित होत असते.

उपरोक्त चर्चेच्या आधारे असे दिसून येते की, पंतप्रधानांचे स्थान भारतीय राजकीय व्यवस्थेत महत्त्वाचे आहे. पंतप्रधान मंत्रिमंडळातील सदस्यांची नेमणूक करतो. त्यांच्यात खाते वाटप करतो. पंतप्रधानांचा राजीनामा हा संपूर्ण मंत्रिमंडळाचा राजीनामा मानला जातो. त्यामुळे पंतप्रधान हा मंत्रिमंडळातील खऱ्या अर्थाने नेता असतो. तसेच तो आपल्या राजकीय पक्षाचा नेता असतो. निवडणूक प्रचारात राष्ट्रपतींच्या नावाने प्रचार केला जातो. पंतप्रधान संपूर्ण देशात आपल्या राजकीय पक्ष्याची कार्यपद्धती निश्चित करतो. तो जनतेकडून निवडलेला असल्यामुळे त्याचे स्थान राष्ट्रपतींपेक्षा अधिक महत्त्वाचे बनते. त्यामुळे त्यास महत्त्वाची भूमिका पार पाडण्याची संधी प्राप्त होते.

➪ २.२ मंत्रिमंडळ :

भारतीय राज्यघटनेच्या कलम ७४ व ७५ अन्वये मंत्रिमंडळ व पंतप्रधान याविषयीची तरतूद करण्यात आली आहे. राष्ट्रपतींना त्यांच्या कार्यात मदत करण्यासाठी व सल्ला देण्यासाठी पंतप्रधानांच्या नेतृत्वाखाली एक मंत्रिमंडळ असेल अशी तरतूद करण्यात आली आहे. मंत्रिमंडळाचा सल्ला राष्ट्रपतींवर बंधनकारक असतो. राष्ट्रपती मंत्रिमंडळास सल्ल्याचा फेरविचार करण्यास सांगू शकतात. मात्र, फेरविचारानंतरही मंत्रिमंडळाने तोच सल्ला दिला, तर राष्ट्रपतींना तो अंमलात आणावा लागतो. त्यामुळे कार्यकारी मंडळात मंत्रिमंडळाचे स्थान महत्त्वाचे मानले जाते.

२.२.१ मंत्रिमंडळाची निर्मिती :

घटनात्मकदृष्टीने मंत्रिमंडळाची नेमणूक राष्ट्रपती करत असला तरी राष्ट्रपतीस पंतप्रधानांनी सुचविलेल्या मंत्रिमंडळाच्या यादीनुसारची मंत्र्यांची नेमणूक करावी लागते. पंतप्रधान आपल्या पक्षातील श्रेष्ठ व अनुभवी नेत्यांची मंत्रिमंडळात नियुक्ती करत असतो. मंत्रिमंडळाची निर्मिती करताना पंतप्रधानांना सर्व घटक राज्यांना योग्य प्रतिनिधीत्व दिले आहे का? आघाडी सरकार असेल तर आघाडीतील सर्व राजकीय पक्षांना मंत्रिमंडळात योग्य प्रतिनिधित्व प्राप्त झाले आहे का याचा विचारा करावा लागतो. मंत्रिमंडळातील सदस्यांची संख्या किती असावी याबाबत कुठलाही निश्चित नियम नाही. मात्र १९३३ च्या ९१ व्या घटनादुरूस्तीनुसार मंत्रिमंडळाची सदस्य संख्या लोकसभा सदस्य संस्थेच्या १५% असेल.

२.२.२ मंत्र्यांचे प्रकार :

केंद्रीय मंत्रिमंडळात तीन प्रकारचे मंत्री असतात. ते पुढीलप्रमाणे :

१) कॅबिनेट मंत्री :

मंत्रिमंडळात कॅबिनेट मंत्री हे प्रथम दर्जाचे मंत्री मानले जातात. पंतप्रधान आपल्या पक्षातील श्रेष्ठ, अनुभवी नेत्यांची कॅबिनेट मंत्री म्हणून नियुक्ती करतो. त्यांच्याकडे महत्त्वाच्या खात्यांचा कारभार सोपविला जातो. कॅबिनेट मंत्र्यांची संख्या १० ते २० दरम्यान असते. कॅबिनेटच्या वेळोवेळी बैठका होतात. सर्व महत्त्वाचे निर्णय कॅबिनेटच्या बैठकीत घेतले जातात. पंतप्रधान कॅबिनेटच्या बैठकांचा अध्यक्ष असतो.

२) राज्यमंत्री :

राज्यमंत्री हे मंत्रिमंडळातील दुसऱ्या दर्जाचे मंत्री मानले जातात. राज्यमंत्र्यांना कॅबिनेटच्या बैठकांना उपस्थित राहता येत नाही. पंतप्रधानांच्या खास आमंत्रणानेच त्यांना कॅबिनेटच्या बैठकींना हजर राहता येते. राज्यमंत्री कॅबिनेट मंत्र्यांना मदतनीस म्हणून कार्ये पार पाडतात. काही वेळेस राज्यमंत्र्यांकडे स्वतंत्र खाते देखील दिले जाते.

३) उपमंत्री :

उपमंत्री हे मंत्रिमंडळातील तिसऱ्या दर्जाचे मंत्री होत. उपमंत्री हे कॅबिनेट मंत्री व राज्यमंत्री यांना त्यांच्या कार्यात मदत करतात. उपमंत्र्यांकडे स्वतंत्र खाते सोपविलेले नसते. त्यामुळे त्यांचा मंत्रिमंडळातील दर्जा हा निम्न स्वरूपाचा असतो.

याखेरीज मंत्र्यांना त्यांच्या कार्यात मदत करण्यासाठी संसदीय सचिवांची पंतप्रधान नियुक्ती करतो. त्यांची संख्या पंतप्रधानांच्या इच्छेवर अवलंबून असते. काही वेळेला पंतप्रधान एखाद्या व्यक्तीची 'बिनखात्याचा मंत्री' म्हणून मंत्रिमंडळात नियुक्ती करू शकतो.

२.२.३ मंत्रिमंडळाचे अधिकार व कार्ये :

देशाचा सर्व राज्यकारभार हा पंतप्रधानाच्या नेतृत्वाखाली मंत्रिमंडळाद्वारे सांभाळला जातो. देशाचा राज्यकारभार राष्ट्रपतींच्या नावाने चालत असला तरी राष्ट्रपतींना मंत्रिमंडळाच्या सल्ल्यानुसारच आपले कार्य पार पाडावे लागते. म्हणजेच भारतीय शासनपद्धतीत मंत्रिमंडळास महत्त्वाचे अधिकार प्राप्त झालेले आहेत. या अधिकारांचा वापर करून मंत्रिमंडळ पुढील कार्ये पार पाडते :

१) शासनाचे ध्येय-धोरण ठरविणे :

शासनाचे ध्येय-धोरण ठरविणे हे केंद्रीय मंत्रिमंडळाचे प्रमुख कार्य आहे. राष्ट्राच्या सर्वांगिण विकासासाठी कोणती उद्दिष्टे साध्य करायची आहे, हे मंत्रिमंडळाकडूनच निर्धारित केले जाते. तसेच ठरविलेली उद्दिष्ट्ये, योजना कोणत्या मार्गांचा अवलंब करून यशस्वी होतील यासंबंधीचा निर्णय घेणे, उपाययोजना ठरविणे ही कार्ये मंत्रिमंडळाद्वारे पार पाडली जातात. मंत्रिमंडळातील सदस्य धोरण निर्मितीसाठी आपापल्या खात्याबाबतची माहिती पुरवितात. यातून धोरण निर्धारित करण्यास मदत होते.

२) धोरणांची अंमलबजावणी करणे :

शासकीय धोरणांची आखणी करण्याबरोबरच त्यांची अंमलबजावणी करण्याचे कार्य देखील मंत्रिमंडळास पार पाडावे लागते. पंतप्रधान मंत्रिमंडळातील प्रत्येक मंत्र्यास खातेवाटप करून त्या खात्यांची जबाबदारी संबंधित मंत्र्यावर सोपवितो. विविध खात्यांच्या कार्यात समन्वय साधून परस्परांच्या सहकार्याने शासनाच्या धोरणांची कार्यवाही घडवून आणण्याचे कार्ये मंत्रिमंडळास पार पाडावे लागते. मंत्रिमंडळाच्या या कार्यावरच प्रशासनाचे भवितव्य व यश अवलंबून असते.

३) कायदेविषयक कार्ये :

कायदेनिर्मितीचे कार्य संसदेद्वारे पार पाडले जाते. मात्र यात मंत्रिमंडळाचा कार्यभाग देखील महत्त्वाचा ठरतो. बहुतेक सर्व महत्त्वाची विधेयके ही संबंधित मंत्र्यांकडून संसदेत मांडली जातात. त्यामुळे संसदेत ही विधेयके पार

करून घेणे व त्यावर आधारित कायदा पास करून घेणे ही जबाबदारी मंत्रिमंडळाची असते. तसेच मंत्रिमंडळ कायदेमंडळास जबाबदार राहून कार्य पार पाडत असल्यामुळे कायदेमंडळात संसद सदस्यांकडून विचारल्या जाणाऱ्या प्रश्नांची उत्तरे मंत्र्यांना द्यावी लागतात. एकूणच कायदा निर्मितीत मंत्रिमंडळाचे महत्त्वाचे योगदान असते.

४) आर्थिक कार्ये :

वार्षिक अंदाजपत्रक तयार करण्याची जबाबदारी अर्थखात्याची असते. अर्थमंत्री विविध खात्यांकडून माहिति मागवितो व अंदाजपत्रक तयार करतो. संसदेत या अंदाजपत्रकास मंजुरी प्राप्त करून घेतली जाते. अंदाजपत्रक निर्माण करताना त्याबाबत गुप्तता बाळगावी लागते कारण अंदाजपत्रक व अर्थविधेय मंजूर झाले नाही तर मंत्रिमंडळास राजीनामा द्यावा लागतो. अंदाजपत्रकानुसार पैसा खर्च करण्याचे कार्य देखील मंत्रिमंडळास पार पाडावे लागते. त्यामुळे मंत्रिमंडळाची आर्थिक कार्यांबाबतची जबाबदारी महत्त्वाची मानली जाते.

५) नेमणुकीसंबंधीचे कार्य :

भारताच्या राष्ट्रपतीस प्रशासनातील महत्त्वपूर्ण पदांवर वरिष्ठ अधिकाऱ्यांच्या नेमणुका करण्याचा अधिकार आहे. मात्र, राष्ट्रपतींना या नेमणुका प्रत्यक्षात पंतप्रधान व मंत्रिमंडळ यांच्या सल्ल्यानेच कराव्या लागतात. मंत्रिमंडळ राष्ट्रपतींना प्रशासनात विविध पदांवर कोणत्या व्यक्तींच्या नेमणूका कराव्यात याबाबत सल्ला देत असते. पूर्ण अभ्यास करून मंत्रिमंडळ नेमणूकविषयक कार्यात राष्ट्रपतींना महत्त्वपूर्ण मदत करत असते.

६) शांतता व सुव्यवस्थेची प्रस्थापना :

देशात शांतता व सुव्यवस्था प्रस्थापित करणे आणि टिकवून ठेवणे हे कार्ये मंत्रिमंडळास पार पाडावे लागते. विविध प्रकारची धोरणे आखून, कायद्यांची निर्मिती करून शांतता टिकवून ठेवण्याची जबाबदारी मंत्रिमंडळावर असते. देशातील संघर्ष नष्ट व्हावे यासाठी मंत्रिमंडळ विविध उपाययोजना करत असते. देशातील परिस्थितीत होणाऱ्या बदलांचा विचार करून मंत्रिमंडळास कायदा व सुव्यवस्थेबाबत निर्णय घ्यावे लागतात.

७) परराष्ट्र संबंधविषयक कार्य :

भारतात बाह्य आक्रमणांचा सामना करणे, परराष्ट्राशी युद्ध, तह किंवा मैत्री करणे, देशाचे संरक्षण करणे इ. कार्ये पार पाडण्यासाठी संरक्षण खाते व परराष्ट्र व्यवहार खाते यांची निर्मिती करण्यात आली आहे. त्यामुळे देशाच्या संरक्षणाची जबाबदारी एकपरीने मंत्रिमंडळावरच असते. परराष्ट्रांशी मैत्रिपूर्ण संबंध प्रस्थापित करून आंतरराष्ट्रीय पातळीवर आपल्या देशाची प्रतिष्ठा वाढविण्याचे प्रयत्न मंत्रिमंडळास करावे लागतात. त्यामुळे परराष्ट्र व्यवहारविषयी मंत्रिमंडळ महत्त्वाचे कार्ये पार पाडते.

२.२.४ मंत्रिमंडळाची भूमिका :

केंद्रशासनाची वास्तविक कार्यकारी सत्ता ही मंत्रिमंडळाच्या हाती असते. राष्ट्रपतींना कार्यकारी अधिकारांचा वापर मंत्रिमंडळाच्या सल्ल्याने करावा लागतो. त्यामुळे मंत्रिमंडळाचे कार्यकारी मंडळातील स्थान महत्त्वपूर्ण आहे. मंत्रिमंडळाची भूमिका पुढील मुद्द्यांच्या आधारे समजून घेता येईल :

१) शासन व्यवहाराचे संचालन :

भारतात शासन व्यवहारांचे संचालन करण्यात मंत्रिमंडळ महत्त्वाची भूमिका पार पाडते कारण शासन व्यवहाराबाबतचे महत्त्वाचे अधिकार मंत्रिमंडळास प्राप्त झालेले आहेत. देशाच्या विकासाची धोरणे, योजना ठरविण्याचे कार्य पार पाडण्याबरोबरच त्यांची योग्य प्रकारे अंमलबजावणी घडवून आणण्याबाबत देखील मंत्रिमंडळ महत्त्वाची भूमिका पार पाडते. त्यामुळे देशाची निर्णय प्रक्रिया व धोरण प्रक्रिया ही मंत्रिमंडळाच्या माध्यमातून कार्यरत असलेली दिसून येते.

२) केंद्रीकरणाची प्रवृत्ती :

शासनाच्या कार्यांचे कायदेमंडळ, कार्यकारी मंडळ व न्यायमंडळ यात विभाजन केले जाते. आधुनिक काळात सर्वच देशात कार्यकारी मंडळाकडे सत्तेचे केंद्रीकरण होताना दिसते. भारतदेखील त्यास अपवाद नाही. कायदेमंडळात विरोधी पक्षाची कमकुवत भूमिका विचारात घेता व कायदेमंडळातील चर्चेचा ढासाळलेला दर्जा विचारात घेता मंत्रिमंडळास आपले वर्चस्व प्रस्थापित करण्याची संधी प्राप्त झाली आहे. त्यामुळे मंत्रिमंडळावर कायदेमंडळाचे प्रभावी नियंत्रण दिसून येत नाही. यातून मंत्रिमंडळाच्या सत्तेत वाढ होताना दिसते.

३) कायदेनिर्मितीची रूपरेषा :

कायदानिर्म्रिती करणे हे कार्य प्रामुख्याने कायदेमंडळाचे मानले जाते. मात्र, वास्तविक पातळीवर कायद्याची रूपरेषा ही मंत्रिमंडळाकडूनच निर्धारित होताना दिसते याचे कारण म्हणजे कायदेमंडळात मांडल्या जाणाऱ्या विधेयकांपैकी ९०% विधेयके ही सरकारी असतात. म्हणजेच ती मंत्र्यांद्वारे मांडले जातात. त्यामुळे अशी विधेयके कायदेमंडळात सहजासहजी संमत होतात. थोडक्यात कायद्यांची रूपरेषा कोणती असावी हे ठरविण्यात मंत्रिमंडळाची भूमिका महत्त्वाची असते.

४) राष्ट्रपतींच्या कार्यावर नियंत्रण :

राष्ट्रपतींच्या कार्यावर नियंत्रण ठेवण्याच्या दृष्टीने देखील मंत्रिमंडळाची भूमिका महत्त्वाची मानली जाते कारण राष्ट्रपतींना आपल्या अधिकारांचा वापर मंत्रिमंडळाच्या सल्ल्यानेच करावा लागतो. त्यामुळे राष्ट्रपतींनी कोणत्या प्रकारे आपल्या अधिकारांचा वापर करावा हे मंत्रिमंडळच ठरवत असते. राष्ट्रपतींना घटनात्मक अधिकार प्राप्त झालेले आहेत, ते महत्त्वाचे आहेत. जर या अधिकारांच्या वापरावर कोणतेही नियंत्रण नसेल, तर राष्ट्रपती निरंकुशपणे या अधिकारांचा वापर करतील. त्यामुळे राष्ट्रपतींच्या कार्यावर नियंत्रण ठेवण्याबाबत मंत्रिमंडळाची भूमिका महत्त्वाची मानली जाते.

५) कार्यक्षेत्राचा विस्तार :

आधुनिक काळात भारताने कल्याणकारी राज्याचा स्वीकार केल्यामुळे शासनाच्या कार्यात वाढ घडून आली आहे. शासनाची ही सर्व कार्ये पार पाडण्याची जबाबदारी मंत्रिमंडळावर असते. त्यामुळे मंत्रिमंडळाच्या कार्यक्षेत्राचा देखील विस्तार घडून आला आहे. नियोजन प्रक्रिया, सामाजिक कल्याण, आर्थिक सुधारणा या दृष्टीने मंत्रिमंडळास महत्त्वाची भूमिका पार पाडावी लागते. बदलत्या परिस्थितीची दखल घेवून मंत्रिमंडळास शासनकारभाराची रूपरेषा निर्धारित करावी लागते.

२.२.५ मंत्रिमंडळाची वैशिष्ट्ये :

केंद्रीय मंत्रिमंडळाची वैशिष्ट्ये पुढील मुद्यांच्या आधारे जाणून घेता येतील :

१) पंतप्रधानांचे नेतृत्व :

पंतप्रधान हे मंत्रिमंडळाचे नेते असतात. पंतप्रधान लोकसभा आणि राज्यसभा सदस्यांमधून मंत्र्यांची निवड करतात. पंतप्रधानांच्या शिफारशीने राष्ट्रपती मंत्र्यांची नेमणूक करतात. पंतप्रधान मंत्रीमंडळाच्या बैठकीचे अध्यक्षस्थान भूषवितात. ते संसदेत व संसदेबाहेर मंत्रीमंडळाचे नेतृत्व करतात. सार्वत्रिक निवडणुकीचे पंतप्रधानांच्या व्यक्तिमत्त्वाचा जनतेवर प्रभाव पडतो. पंतप्रधान सर्व मंत्र्यांना विश्वासात घेऊन स्थिर व कार्यक्षम सरकार प्रस्थापित करतो. तो सत्ताधारी पक्षाचा संसदेतील नेता म्हणून कार्य करतो.

२) सामूहिक जबाबदारीचे तत्त्व :

पंतप्रधान आपल्या सर्व मंत्र्यांसह सामूहिकरित्या लोकसभेला जबाबदार असतो. मंत्रिमंडळातील प्रत्येक मंत्री त्याच्याकडे दिलेल्या खात्याचा राज्यकारभार पाहतो. परंतु शासनाच्या सर्व विभागांशी संबंधित निर्णय मंत्रीमंडळाच्या

बैठकीत घेतले जातात. त्यामुळे कोणत्याही खात्याचे यश–अपयश हे संपूर्ण मंत्रीमंडळाचे यश अपयश मानले जाते. सामूहिक जबाबदारीच्या तत्त्वानुसार मंत्रिमंडळातील प्रत्येक निर्णयाची जबाबदारी सर्व मंत्र्यांवर असते.

३) गोपनीयता :

राष्ट्रहिताच्या दृष्टीने मंत्रीमंडळाच्या कार्यात गुप्तता पाळणे आवश्यक असते. मंत्रीमंडळाच्या बैठकीत घेतलेले निर्णय गुप्त ठेवले जातात. राष्ट्रपती पंतप्रधान आणि सर्व मंत्र्यांना गोपनीयतेची शपथ देतात. मंत्र्यांना राज्यकारभाराची राष्ट्रहिताच्या दृष्टीने वाच्यता करता येत नाही. धोरणात्मक निर्णयाबाबत गुप्तता बाळगणे हे प्रत्येक मंत्र्यांचे कर्तव्य असते. त्यामुळे गोपनीयता हे मंत्रीमंडळ महत्त्वाचे वैशिष्ट्य मानले जाते.

४) एकजिनसीपणा :

राजकीय एकजिनसीपणा हे मंत्रिमंडळाचे एक वैशिष्ट्य आहे. मंत्रिमंडळ एकाच पक्षाचे असते. तेव्हा मंत्रिमंडळात धोरणात्मकदृष्ट्या एकवाक्यता निर्माण होते. एखाद्या धोरणात्मक निर्णयाबाबत तात्विक मतभेद निर्माण झाल्यास पंतप्रधान समन्वयाच्या भूमिका घेतात. सरकारच्या धोरणाविरूद्ध भूमिका घेणाऱ्या मंत्र्यास मंत्रीमंडळातून बाहेर पडावे लागते. मंत्रीमंडळात एकजिनसीपणा असेल तरच शासनाने घेतलेल्या निर्णयांची प्रभावीपणे अंमलबजावणी होऊ शकते.

५) मंत्रिमंडळ हे घटनात्मक कार्यकारी प्रमुख :

घटनात्मकदृष्ट्या मंत्रिमंडळ हे राष्ट्रपतीला सल्ला देण्याचे काम करते. प्रत्यक्षात देशाची वास्तव कार्यकारी सत्ता मंत्रिमंडळाच्या हाती असते. मंत्रिमंडळ सरकारचे धोरण ठरविते. पंतप्रधान मंत्रिमंडळाने घेतलेल्या धोरणात्मक निर्णयाची माहिती राष्ट्रपतीला देतात. राष्ट्रपतींचे नेमणूकविषयक सर्व अधिकार मंत्रिमंडळ वापरते. सरकारला लोकसभेत बहुमताचा पाठिंबा असताना त्यांनी राष्ट्रपतींना दिलेला कोणताही सल्ला पाळणे राष्ट्रपतींवर बंधनकारक असते.

६) संसदेवर मंत्रिमंडळाचे नियंत्रण / वर्चस्व :

संसद सार्वभौम असते. लोकसभा जनतेचे प्रतिनिधीत्व करणारे सभागृह आहे. ते मंत्रिमंडळावर प्रभावी नियंत्रण ठेवू शकते. प्रत्यक्षात मंत्रिमंडळाचे संसदेवर नियंत्रण प्रस्थापित झाले नाही. प्रामुख्याने पक्षीय राजकारण, पक्षाचा आदेश, पक्षविरोधी कारवाया केल्या म्हणून संसद संस्थांना बडतर्फ करणे, लोकसभा मुदतपूर्व बरखास्त करणे या अधिकारांमुळे संसदेचे सरकारवर नियंत्रण प्रस्थापित झाले आहे.

➪ २.३ केंद्रीय सचिवालय :

केंद्रिय सचिवालय ही भारतीय प्रशासन व्यवस्थेतील एक महत्त्वपूर्ण यंत्रणा आहे. केंद्र सरकारच्या सर्व प्रशासकीय कारभाराचा सचिवालय हे केंद्रबिंदू आहे. भातातील सचिवालयास ब्रिटीश कालीन परंपरा लाभली आहे. मात्र स्वातंत्र्योत्तर काळात खऱ्या अर्थाने सचिवालयाची संघटीत स्वरूपात रचना तयार करण्यात आली. पुढील मुद्यांच्या आधारे सचिवालयाची माहिति जाणून घेता येईल.

२.३.१ सचिवालयाचे स्वरूप :

केंद्रीय सचिवालय ही एक स्थायी स्वरूपाची प्रशासकीय संघटना आहे. शासनाची वेगवेगळी खाती असतात. मंत्री हा खात्याचा राजकीय प्रमुख असतो. तर सचिव हा खात्याचा प्रशासकीय प्रमुख असतो. प्रत्येक खात्यात एका मुख्य सविचाखेरीज इतर कर्मचारी वर्ग असतो. सचिव मंत्र्यांना त्यांच्या खात्या संदर्भात धोरण ठरविण्यास व निर्णय घेण्यास मदत करतात. भारतातील सचिवालय पद्धतीचे स्वरूप पुढील दोन प्रशासकीय सिद्धांतांवर आधारित आहे.

१) विभाजन पद्धती :

भारतात धोरण ठरविण्याचे कार्य हे धोरणाची अंमलबजावणी करण्याच्या कार्यापासून वेगळे धोरणाची अंम लबाजावणी करण्याच्या कार्यापासून वेगळे ठेवण्यात आले आहे. यास विभाजन पद्धती असे म्हटले जाते. त्यामुळे भारतात धोरणाची अंमलबजावणी आणि धोरण निर्मिती ही दोन्ही कार्ये वस्तुनिष्ठ पणे पार पाडल्या जातात. त्यानुसार सचिवालयाची रचना करण्यात आली आहे.

२) कार्यकाल पद्धती :

भारतात कार्यालयातील कायमस्वरूपी कर्मचारी वर्गावर नियंत्रण ठेवण्यासाठी कार्यकाल पद्धतीवर काम करणाऱ्या बदलत्या अधिकारी वर्गाची नियुक्ती केली जाते. यास कार्यकाल पद्धती असे म्हणतात. या पद्धतीत केंद्रिय सचिवालयातील वरिष्ठ पदांवरील अधिकाऱ्यांची नियुक्ती केंद्र सरकार किंवा राज्य सरकार यांच्या सेवेतील अधिकारी वर्गातून एका विशिष्ट कालावधीसाठी केली जाते. त्यांचा सचिवालयातील सेवेचा विशिष्ट कार्यकाल पूर्ण झाल्यानंतर त्यांना त्यांच्या मूळ सेवेत परत पाठविले जाते.

२.३.२ सचिवालयाची रचना :

सचिवालयात सरकारची विविध मंत्रालये आणि विभाग यांचा समावेश होतो. मंत्री हा मंत्रालयाचा प्रमुख असतो, तर सचिव हा विभागाचा प्रमुख असतो. प्रत्येक मंत्रालयात एक सचिव असतो तर एखाद्या मंत्रालयात एकापेक्षा जास्त विभाग असतील तर विभागानुसार सचिवांची संख्या निर्धारित केली जाते. सचिव हा विभागाचा प्रशासकीय प्रमुख असतो. सचिवालयाची रचना पुढील मुद्यांच्या आधारे जाणून घेता येईल :

अ) मंत्रालये आणि विभाग :

भारत सरकारच्या सचिवालयात पुढील मंत्रालये आणि विभाग कार्यरत आहेत.

१) कॅबिनेट सचिवालय
२) कृषी मंत्रालय
३) कृषी व ग्रामीण उद्योग मंत्रालय
४) अणुऊर्जा विभाग
५) रसायन व खते मंत्रालय
६) नागरी विमान उड्डाण मंत्रालय
७) कोळसा व खाणी मंत्रालय
८) व्यापार व उद्योग मंत्रालय
९) संसूचन आणि माहिती तंत्रज्ञान मंत्रालय
१०) उपभोक्ता व्यवहार, अन्न व सार्वजनिक वितरण मंत्रालय
११) संरक्षण मंत्रालय
१२) निर्गुंतवणूक मंत्रालय
१३) ईशान्यकडील प्रदेश विकास विभाग
१४) पर्यावरण व वन मंत्रालय
१५) परराष्ट्र व्यवहार मंत्रालय
१६) अर्थ मंत्रालय
१७) अन्नप्रक्रिया उद्योग मंत्रालय
१८) आरोग्य व कुटुंब कल्याण मंत्रालय
१९) अवजड उद्योग आणि सार्वजनिक उद्योग मंत्रालय
२०) गृह मंत्रालय
२१) मानव संसाधन विकास मंत्रालय
२२) माहिती व प्रसारण मंत्रालय
२३) श्रम मंत्रालय
२४) कायदा, न्याय व कंपनी व्यवहार मंत्रालय
२५) अपारंपारिक उर्जा स्त्रोत मंत्रायल
२६) सागरी विकास विभाग
२७) संसदीय व्यवहार विभाग
२८) सेवक, लोकगाऱ्हाणी व निवृत्तीवेतन विभाग
२९) पेट्रोलियम व नैसर्गिक वायू मंत्रालय
३०) नियोजन आयोग
३१) नियोजन मंत्रालय
३२) विद्युत मंत्रालय

३३) रेल्वे मंत्रालय
३४) रस्ते परिवहन व महामार्ग मंत्रालय
३५) ग्रामीण विकास मंत्रालय
३६) विज्ञान व तंत्रज्ञान मंत्रालय
३७) नौकानयन मंत्रालय
३८) लघुउद्योग मंत्रालय
३९) सामाजिक न्याय व सबलीकरण मंत्रालय
४०) अवकाश विभाग
४१) सांखिकी व कार्याक्रम अंमल बजावणी मंत्रालय
४२) पोलाद मंत्रालय
४३) वस्त्र उद्योग मंत्रालय
४४) पर्यटन व संस्कृती मंत्रालय
४५) आदिवासी व्यवहार मंत्रालय
४६) नागरी विकास व दारिद्रय निर्मुलन मंत्रालय :
४७) जलस्त्रोत मंत्रालय
४८) युवा व्यवहार व क्रिडा मंत्रालय
४९) राष्ट्रपतीचे सचिवालय
५०) पंतप्रधानांचे कार्यालय

ब) सचिवालय विभागातील प्रमुख अधिकारी :

सचिवालयातील विभागात प्रशासकीय अधिकारी असतात. त्यांची माहिती पुढील मुद्यांच्या आधारे जाणून घेता येईल.

१) सचिव :

सचिवालयातील प्रत्येक विभागाचा प्रशासकीय प्रमुख सचिव असतो. सचिव हा मंत्र्याचा प्रमुख सल्लागार असतो. तो आपल्या विभागाचे प्रतिनिधित्व वेगवेगळ्या संसदीय समित्यांसमोर करतो. त्याला आपल्या विभागाच्या कामकाजाची सर्व माहिती असते. तो विभागातील इतर अधिकाऱ्यांकडून आपणास हवी असणारी माहिती मागवू शकतो. कनिष्ठ स्तरावरील अधिकारी आपली कर्तव्ये व जबाबदाऱ्या व्यवस्थितपणे पार पाडतात की नाही, याकडे तो लक्ष ठेवतो. त्यासाठी तो अधिकाऱ्यांकडून त्यांच्या कामाचा अहवाल मागवून घेतो. यातून त्याचे विभागातील प्रशासनावर नियंत्रण प्रस्थापित होते.

२) अतिरिक्त सचिव :

सचिवालयातील अधिकाऱ्यांच्या श्रेणी रचनेत अतिरिक्त सचिवास दुसऱ्या क्रमांकाचे स्थान असते. सचिवाच्या कार्याचा भार खूप मोठा असल्यास त्याला मदत करण्यासाठी अतिरिक्त सचिवांची नियुक्ती केली जाते. अतिरिक्त सचिवासाठी प्रशासनाचा कोणताही विशिष्ट घटक निश्चित केलेला नसतो. त्याच्याकडे काही वेळेस विभागाची जबाबदारी सोपविली जाते. त्यामुळे तो विभागाचा सचिव या नात्याने कार्य करतो. काही वेळेस त्याच्याकडे विभागातील एखाद्या महत्वाच्या भागाची जबाबदारी सोपविली जाते तेव्हा तो सहसचिव म्हणून कार्य करतो.

३) सहसचिव :

मंत्रालयाचा कार्यभार खूप मोठा असला तर एखाद्या सचिवाला तो सांभाळणे शक्य होत नाही. अशा वेळी त्याच्या मदतीसाठी एक किंवा एकापेक्षा जास्त सहसचिवांची नेमणूक करण्यात येते. सहसचिवाकडे विभागातील एखाद्या कार्याची स्वतंत्र जबाबदारी सोपविली जाते. सहसचिव जे कार्य पार पाडतो त्यामुळे सचिवाच्या कार्याचा ताण कमी होतो. शिवाय विभागाच्या कामकाजात कार्यक्षमता निर्माण होते. मात्र, संपूर्ण विभागाच्या कामकाजासाठी मुख्य सचिवालाच जबाबदार धरले जाते.

४) संचालक :

सचिवायलयाच्या श्रेणी रचनेत १९६० मध्ये संचालक हे पद निर्माण करण्यात आले. संघटनेत काही काळ सेवा केल्यानंतर वरिष्ठ पदावर सनदी अधिकाऱ्यांना बढती देण्यासाठी हे पद निर्माण करण्यात आले. सनदी अधिकाऱ्यांच्या समाधानासाठी हे पद निर्माण करण्यात आले. कारण सनदी अधिकाऱ्यांच्या कार्यक्षमतेस चालना

देण्यासाठी त्यांना पदोन्नतीची संधी उपलब्ध करून देणे संघटनेच्या फायद्याचे असते. संचालक व उपसचिव यांची कार्ये समान असतात.

५) उपसचिव :

उपसचिव हा सचिवाच्या वतीने कार्य करणारा अधिकारी असतो. तो विभागाअंतर्गत एखाद्या उपविभागाचा प्रमुख म्हणून कार्य पार पाडतो. तो बरीच कार्ये स्वत:च्या जबाबदारीने पार पाडतो. तर काही महत्त्वाची कार्ये पार पाडताना तो मुख्य सचिवाचा आदेश पाळतो. सचिवानंतर अधिकारी पदश्रेणीत अतिरिक्त सचिव, सहसचिव अशी पदे असतात. त्यामुळे उपसचिवपदाचे महत्त्व कमी झाले आहे.

६) अवर सचिव :

अवर सचिव हा मंत्रालयातील एखाद्या शाखेच्या कार्याची जबाबदारी पार पाडतो. आपल्या अधिकार कक्षेत येणाऱ्या कार्याची तो पूर्तता करत असतो. त्याने आपले काम स्वत: पार पाडले तर उपसचिवाच्या कामाचा ताण कमी होतो. म्हणून त्याने साधारण परिस्थितीत स्वत:च कार्ये पार पाडावीत अशी अपेक्षा असते. तो उपसचिवांच्या आदेशानुसार ही कार्ये पार पाडतो.

७) विशेष कामगिरीवरील अधिकारी :

अनपेक्षितपणे उद्भवणारे एखादे महत्त्वाचे कार्य तातडीने पार पाडण्यासाठी खास अधिकाऱ्यांची नियुक्ती केली जाते. त्याला विशेष कामगिरीवरील अधिकारी असे म्हणतात. विशेष कामगिरीवरील अधिकाऱ्याच्या नियुक्तीमुळे एकाच व्यक्तीकडे विशिष्ट कार्याची जबाबदारी निश्चितपणे सोपविता येते. त्यामुळे ते कार्य योग्य प्रकारे केले जावू शकते. शिवाय ज्या अधिकाऱ्याची अशा कार्यावर नियुक्ती केली आहे तो जबाबदारीच्या भावनेने आपले संपूर्ण लक्ष त्या कार्यावर केंद्रित करतो.

२.३.३ सचिवालयाची कार्ये :

केंद्र सरकारची सर्व प्रशासकीय कार्ये सचिवालयामार्फत पार पाडली जातात. यात पुढील कार्याचा समावेश होतो :

१) धोरण निर्मितीच्या कार्यास सहाय्य :

मंत्रि मंडळाद्वारे धोरण निर्मितीचे कार्य पार पाडले जाते. त्यामुळे त्या खात्याशी संबंधीत धोरण असेल त्या खात्याच्या मंत्र्याची या संबंधित महत्त्वाची भूमिका असते. अशा वेळेस त्या मंत्रालयाच्या विभागातील सचिव अधिकारी धोरण निर्मितीसाठीची माहिती आकडेवारी व इतर तपशील मंत्र्यांना पुरविण्याचे कार्ये पार पाडतात. सचिवालय ही स्थायी स्वरूपाची यंत्रणा आहे. त्यामुळे सचिवांना प्रशासकीय कार्याचा प्रदीर्घ अनुभव असतो त्यामुळे ते मंत्र्यांना धोरण निर्मितीच्या कार्यात उपयुक्त मदत करतात.

२) विधिविषयक कार्यास सहाय्य :

संसदेत सर्व महत्त्वाची विधेयके मंत्र्यांद्वारे मांडली जातात. ही विधेयके तयार करण्याचे कार्य सचिवालयाद्वारे पार पाडले जाते. कारण विधेयाची निर्मिती करणे हे तांत्रिकदृष्ट्या अवघड काम असते. त्यामुळे मंत्र्यांना सचिवांची मदत घेऊनच विधेयक तयार करावे लागते. शिवाय मंत्र्यांना संसदीय कामकाजा दरम्यान त्यांच्या खात्याशी संबंधित विषयांवर प्रश्न विचारले जातात. या प्रश्नांची उत्तरे देण्यासाठी मंत्र्यांना सचिवालयाची मदत घ्यावी लागते. प्रश्नांसंबधीचा सर्व बारीक तपशील मंत्र्यांना सचिवालयाद्वारे पुरविला जातो.

३) समस्यांचे परीक्षण करणे :

शासनास वेगवेगळ्या समस्यांची सोडवणूक करायची असते. अशा वेळी या समस्यांचे सर्व समावेशक दृष्टिकोनातून विश्लेषण करण्यासाठी सचिवालय शासनास मदत करते. सचिवालयाने या संदर्भात केलेले परीक्षण व विश्लेषण शासनास निर्णय घेण्यासाठी उपयुक्त ठरते. म्हणजेच सचिवालय शासकीय निर्णय प्रक्रियेस सहाय्य करते.

४) संसूचन विषयक कार्ये :

शासनाच्या विविध विभागांत संसूचन साधण्याचा मार्ग म्हणून सचिवालयास कार्य पार पाडावे लागते. शासन, नियोजन आयोग व वित्त आयोग या अभिकरणांमध्ये संसूचन घडवून आणण्यात सचिवालयाची भूमिका महत्त्वाची असते. सचिवालय शासनाच्या वतीने वेगवेगळ्या अभिकरणांशी संपर्क प्रस्थापित करते.

५) अंमलबजावणी विषयक कार्ये :

शासनाद्वारे जी धोरणे निर्माण केली जातात व जे निर्णय घेतले जातात त्यांची अंमलबजावणी करण्याचे कार्ये सचिवालयामार्फत पार पाडले जाते. त्यासाठी धोरणांची व योजनांची अंमलबजावणी करणाऱ्या अभिकरणांच्या कार्यावर सचिवालयाचे नियंत्रण असते. शासकीय धोरणांची प्रभावीपणे अंमलबजावणी घडवून आणण्याची जबाबदारी सचिवालयावर असते.

६) प्रशासकीय परंपरांचे जतन :

सचिवालय ही भारतातील एक सर्वोच्च प्रशासकीय यंत्रणा आहे. त्यामुळे भारतीय प्रशासन विषयक परंपरांचे जतन करण्याचे कार्य सचिवालयास पार पाडावे लागते. सद्यस्थितीत उद्भवणाऱ्या समस्यांची सोडवणूक करण्यासाठी प्रशासनाच्या कार्य पद्धतीतील प्रथा, परंपरा, संकेत उपयुक्त ठरत असतात. त्यामुळे ह्या परंपरा टिकवून ठेवणे महत्त्वाचे मानले जाते.

२.३.४ सचिवालयाचे कायमस्वरूपी कार्यालय :

भारतातील केंद्रीय सचिवालयाचे कार्यकाल पद्धतीवर कार्य करणाऱ्या अधिकाऱ्यांचा बदलता वर्ग आणि काम स्वरूपी कार्यालय अशा दोन भागांत विभाजन केले जाते. ठरावीक कालावधीनंतर बदलणाऱ्या वरिष्ठ अधिकाऱ्यांच्या हाताखाली कायम स्वरूपाचे मात्र कमी गुणवत्तेचे एक कार्यालय अस्तित्वात असते. प्रशासनाचे सातत्य कायदा राखण्यासाठी वरिष्ठ अधिकाऱ्याला मदत करण्याचे आणि त्याचे कार्यालय यांच्यात चांगल्या प्रकारचा समन्वय व सहकार्य असणे आवश्यक असते.

अ) कार्यालयातील कर्मचारी :

सचिवालाच्या कायम स्वरूपी कार्यालयात पुढील कर्मचारी असतात :

१) कक्षाधिकारी :

कार्यालयातील कक्षावर नियंत्रण ठेवणाऱ्या पर्यवेक्षकाला कक्षाधिकारी असे म्हणतात. आपल्या कक्षातील कर्मचाऱ्यांवर देखरेख ठेवणे, कर्मचाऱ्यांमध्ये कामाचे विभाजन करून देणे, कर्मचाऱ्यांना सल्ला देणे व मार्गदर्शन करणे. कक्षातील विविध कार्यांचा समन्वय साधणे, कक्षातील कार्य तत्परतेने पार पाडणे, कक्षाची योग्यप्रकारे दैनंदिनी ठेवणे इ. कार्ये कक्षाधिकाऱ्यास पार पाडावी लागतात.

२) सहाय्यक व वरिष्ठ श्रेणी लिपिक :

सहाय्यक हा कक्षाधिकाऱ्याच्या हाताखाली कार्य करणारा कर्मचारी असतो. तो कक्षाधिकाऱ्याने त्याच्यावर सोपविलेली कार्ये पार पाडतो. कागदपत्रांची नोंद ठेवणे, कागदपत्रांचे परीक्षण करणे, संकलन करणे, त्याची योग्य प्रकारे देखभाल ठेवणे, पत्र व्यवहार करणे इ. कार्ये त्याला पार पाडावी लागतात. वरिष्ठ श्रेणी लिपिक हा देखील सहाय्यकाप्रमाणेच कार्य करतो. मात्र वरिष्ठ श्रेणी लिपिकास सहाय्यकाप्रमाणे स्वत:च्या अधिकारात काही गोष्टी निकालात काढण्याचे स्वातंत्र्य नसते.

३) कनिष्ठ श्रेणी लिपिक व टंकलेखक :

सचिवालयाचे दैनंदिन कार्य पार पाडण्याची जबाबदारी कनिष्ठ लिपिक आणि टंकलेखक यांच्यावर असते. त्यांच्याद्वारे कागदपत्रांची व नोंदवह्यांची देखभाल करणे, कागदपत्रांचे संकलन करणे. पत्रव्यवहार करणे, मुद्रित तपासणी व टंकलेखन इ. कार्ये पार पाडली जातात.

ब) कायमस्वरूपी कार्यालयाची कार्ये :

सचिवालयातील कायमस्वरूपी कार्यालयाद्वारे पुढील कार्ये पार पाडली जातात :

१) कार्यालय पत्र व्यवहारात नमूद केलेल्या सर्व कागदपत्रांची व्यवस्थितपणे जुळणी करण्याचे कार्य करते.

२) कार्यालयाद्वारे वस्तुस्थितीची पडताळणी केली जाते.

३) कायदे व नियम लक्षात आणून देण्याचे कार्य कार्यालयास पार पाडावे लागते.

४) कार्यालय आपल्या विभागत उपलब्ध असलेली आवश्यक माहिती व आकडेवारी पुरविते.

५) धोरणविषयक पूर्वीच्या निर्णयासंदर्भातील कायदपत्रांची पूर्तता कार्यालयाद्वारे केली जाते.

६) एखादे प्रकरण निकालात काढण्यासाठी आवश्यक ठरू शकेल अशा कायदेशीर व परंपरागत कार्यपद्धतीकडे लक्ष वेधण्याचे कार्य कार्यालय पार पाडते.

७) विषयाशी संबंधित कागदपत्रे उपलब्ध करून देण्याचे व विचारासाठी प्रश्न पुढे ठेवण्याचे कार्य कार्यालय पार पाडते.

८) कार्यालयाद्वारे ज्या मुद्यांवर निर्णय घेणे आवश्यक आहे असे मुद्दे योग्य वेळी स्पष्ट स्वरूपात पुढे आणले जातात.

९) शक्य अशा ठिकाणी कृती करण्याचे मार्ग कार्यालयाद्वारे सुचविले जातात.

➪ २.४ कॅबिनेट सचिवालय :

पंतप्रधान कार्यालयाप्रमाणेच कॅबिनेट सचिवालय ही देखील भारतीय शासन व्यवस्थेतील एक महत्त्वाची यंत्रणा मानली जाते. स्वातंत्र्यपूर्व काळात कार्यकारी मंडळाचे सचिवालय अस्तित्त्वात होते. स्वातंत्र्योत्तर काळात म्हणजेच १९४७ मध्ये त्याचे कॅबिनेट सचिवालयात रूपांतर करण्यात आले. कॅबिनेट सचिवालयाची माहिती पुढील मुद्यांच्या आधारे जाणून घेता येईल :

२.४.१ कॅबिनेट सचिवालयाचे संघटन :

कॅबिनेट सचिवालय हे पंतप्रधानांच्या नियंत्रणाखाली असते कारण पंतप्रधान हा कॅबिनेटचा नेता असतो. कॅबिनेट सचिवालयाचा प्रशासकीय प्रमुख कॅबिनेट सचिव असतो. त्याच्या मदतीसाठी इतर अधिकारी नेमलेले असतात. गरजेनुसार कॅबिनेट सचिवालयाच्या रचनेत बदल केला जातो. कॅबिनेट व्यवहार विभाग हा कॅबिनेट सचिवालयातील एक महत्त्वाचा विभाग आहे. याखेरिज कॅबिनेट सचिवालयात सचिवांच्या समित्यांची एक व्यवस्था तयार करण्यात आली आहे.

२.४.२ कॅबिनेट सचिवालयाची रचना :

भारतातील कॅबिनेट सचिवालय हे सरकारचे प्रशासकीय प्रमुख म्हणून काम करते आणि विविध मंत्रालये आणि विभागांमध्ये सुरळीत कामकाजाची सुविधा देते. भारतातील कॅबिनेट सचिवालयाची रचना पुढील मुद्यांच्या आधारे जाणून घेता येईल :

अ) कॅबिनेट सचिव :

सचिवालयाचा प्रशासकीय प्रमुख म्हणून कॅबिनेट सचिवाचे स्थान महत्त्वाचे मानले जाते. इंग्लंड मधील कॅबिनेट सचिवाच्या धर्तीवर भारतात कॅबिनेट सचिवाचे पद बनविण्यात आले आहे. भारतातील कॅबिनेट सचिवाची माहिती पुढील मुद्यांच्या सहाय्याने जाणून घेता येईल :

१) निवड आणि कार्यकाल :

भारतात १९५० मध्ये कॅबिनेट सचिव हे पद निर्माण करण्यात आले. सनदी सेवेतील सेवाज्येष्ठतेच्या तत्वाद्वारे सर्वात वरिष्ठ अधिकाऱ्यास हे पद दिले जाते. प्रशासकीय सुधारणा आयोगाने केलेल्या शिफारशीनुसार कॅबिनेट सचिवाचा कार्यकाल तीन वर्षे इतका निर्धारित करण्यात आला आहे. मात्र, भारतात सेवाज्येष्ठतेचे तत्त्व डावलून कॅबिनेट सचिवाची नेमणूक झाल्याची उदाहरणे आहेत. शिवाय काही वेळेस कॅबिनेट सचिवाच्या कार्यकालाच्या तत्त्वास देखील मुरड घातली गेली आहे.

२) कॅबिनेट सचिवाची कार्ये :

कॅबिनेट सचिवाला पुढील कार्ये पार पाडावी लागतात :

i) पंतप्रधानांना सल्ला देणे :

कॅबिनेटच्या विषयांशी संबंधित महत्त्वाच्या प्रश्नांबाबत पंतप्रधानांना सल्ला देण्याचे कार्य कॅबिनेट सचिव पार पाडतो. संपूर्ण कॅबिनेट व पंतप्रधान यांना रस असणाऱ्या सर्व गोष्टींबाबत भारत सरकारच्या सर्व विभागांडून वेळेवर आणि परिणामकारक कृती करून घेण्याची जबाबदारी त्याच्यावर असते. पंतप्रधान व अन्य मंत्र्यांना प्रशासकीय नेमणुकांच्या वेळी सल्ला देण्याचे कार्य तो पार पाडतो.

ii) समन्वय साधण्याचे कार्य :

कॅबिनेट सचिव हा पंतप्रधानांचा प्रमुख सल्लागार या नात्याने शासनाची विविध मंत्रालये व विभाग यांवर नियंत्रण ठेवतो आणि त्यांच्या कार्यात समन्वय साधतो. पंतप्रधानांचे कार्यालय आणि शासनाचे निरनिराळे प्रशासकीय विभाग यांच्यातील दुवा म्हणून तो कार्य करतो. तसेच तो राजकीय व्यवस्था व सनदी सेवा यांच्यातील दुवा असतो. राजकीय पदाधिकारी व प्रशासकीय अधिकारी यांत समन्वय साधण्याचे कार्ये तो पार पाडतो.

iii) माहिती पुरविणे :

केंद्र सरकारच्या कार्यालयीन कामकाजाच्या प्रक्रियेसंबंधीची माहिती पंतप्रधान व इतर मंत्र्यांना पुरविण्याचे कार्ये कॅबिनेट सचिवाद्वारे पार पाडले जाते. त्यासाठी त्याला सर्व प्रशासकीय व्यवस्थेवर देखरेख ठेवावी लागते. तसेच प्रशासकीय कामकाजाबाबतची अद्ययावत माहिती उपलब्ध करून घ्यावी लागते. मंत्र्यांना सल्ला देण्याचे व आवश्यक ती मदत करण्याचे कार्ये तो पार पाडतो.

ब) मंत्रिमंडळाचे सचिव :

कॅबिनेट सचिवांना मदत करण्यासाठी मंत्रिमंडळाचे सचिव असतात, जे कॅबिनेट सचिवालयाच्या दैनंदिन कामकाजाचे व्यवस्थापन करतात. हा अधिकारी मंत्रिमंडळाच्या बैठकींच्या कार्यसूचीचे समन्वय साधण्यासाठी, कार्यवृत्त तयार करण्यासाठी आणि पंतप्रधान, कॅबिनेट मंत्री व विविध सरकारी विभाग यांच्यातील संवाद सुलभ करण्यासाठी जबाबदार आहे.

क) संयुक्त सचिव आणि अतिरिक्त सचिव :

कॅबिनेट सचिवालयात अनेक संयुक्त सचिव आणि अतिरिक्त सचिव असतात जे सचिवालयातील विशिष्ट कार्ये किंवा विभागांवर देखरेख करतात. ते धोरणात्मक उपक्रमांचा समन्वय साधण्यात, संशोधन आयोजित करण्यात

आणि कॅबिनेट सचिव आणि इतर वरिष्ठ अधिकाऱ्यांना प्रशासकीय सहाय्य प्रदान करण्यात महत्त्वपूर्ण भूमिका बजावतात.

ड) संचालनालये आणि विभाग :

कॅबिनेट सचिवालय विविध संचालनालये आणि विभागांमध्ये आयोजित केले जाते, प्रत्येकाकडे धोरण विश्लेषण, आंतर-मंत्रालय समन्वय, सुरक्षा, बुद्धिमत्ता आणि प्रशासकीय समर्थनाशी संबंधित विशिष्ट कार्ये असतात. धोरणांच्या अंमलबजावणीमध्ये सुसंगतता आणि परिणामकारकता सुनिश्चित करण्यासाठी ही निदेशालये आणि विभाग सरकारी मंत्रालये व विभागांशी जवळून काम करतात.

इ) विशेष कक्ष आणि एकके :

मुख्य संरचनेच्या व्यतिरिक्त, कॅबिनेट सचिवालयात विशिष्ट समस्या किंवा सरकारने ओळखल्या जाणाऱ्या प्राधान्यक्रमांचे निराकरण करण्यासाठी समर्पित विशेष कक्ष आणि एकके असतात. यामध्ये राष्ट्रीय सुरक्षा, बुद्धिमत्ता विश्लेषण, आर्थिक नियोजन किंवा आंतरराष्ट्रीय संबंधांवर लक्ष केंद्रित करणाऱ्या एककांचा समावेश असतो.

ई) आंतर-मंत्रालयीन समित्या :

कॅबिनेट सचिवालय जटिल धोरणात्मक समस्यांचे निराकरण करण्यासाठी किंवा अनेक मंत्रालयांमधील प्रयत्नांचा समन्वय साधण्यासाठी काम केलेल्या आंतर-मंत्रालयी समित्यांचे कार्य सुलभ करते. या समित्यांमध्ये अनेकदा कॅबिनेट सचिवालयातील वरिष्ठ अधिकारी अध्यक्ष असतात आणि त्यामध्ये संबंधित मंत्रालयांचे प्रतिनिधी व तज्ज्ञ सल्लागारांचा समावेश असतो.

फ) सहाय्यक कर्मचारी :

कॅबिनेट सचिवालयात प्रशासकीय अधिकारी, लिपिक कर्मचारी आणि तांत्रिक कर्मचारी यासारख्या सहाय्यक कर्मचारी वर्गाचा समावेश असतो, जे दैनंदिन कामकाजात, दस्तऐवज व्यवस्थापनात आणि बैठक व कार्यक्रमांसाठी मदत करतात.

२.४.३ कॅबिनेट सचिवालयाचे अधिकार आणि कार्ये :

कॅबिनेट सचिवालय हे संसदीय प्रणालीमध्ये सरकारच्या कार्यकारी शाखेचा एक महत्त्वाचा घटक आहे. हे प्रमुख प्रशासकीय आणि सल्लागार संस्था म्हणून काम करते, जे सरकारचे कामकाज सुलभ करते आणि धोरणे व निर्णयांची कार्यक्षम अंमलबजावणी सुनिश्चित करते. मंत्रिमंडळ सचिवालयाचे अधिकार आणि कार्ये व्यापक व बहुआयामी आहेत, ज्यात राष्ट्राच्या प्रभावी प्रशासनासाठी महत्त्वपूर्ण जबाबदाऱ्यांचा समावेश आहे. कॅबिनेट सचिवालयाचे अधिकार आणि कार्ये पुढीलप्रमाणे सांगता येतील :

१) सरकारी धोरणांचा समन्वय आणि अंमलबजावणी :

कॅबिनेट सचिवालय प्रामुख्याने सरकारी धोरणे आणि निर्णयांच्या अंमलबजावणीमध्ये समन्वय आणि देखरेख ठेवण्यासाठी जबाबदार आहे. हे सुनिश्चित करते की सरकारने घेतलेले निर्णय प्रभावीपणे आणि वेळेवर पार पाडले जातात. हा समन्वय सर्व सरकारी मंत्रालये आणि विभागांपर्यंत विस्तारित आहे, हे सुनिश्चित करते की सरकारी कृती चांगल्या प्रकारे एकात्मिक आहेत आणि सरकारच्या एकूण दृष्टी व उद्दिष्टांशी संरेखित आहेत. हे सरकारी क्रियाकलापांमधील संघर्ष टाळण्यास मदत करते.

२) सल्लागार भूमिका :

कॅबिनेट सचिवालय विविध धोरणात्मक बाबींवर सरकारला तज्ज्ञ सल्ला आणि शिफारसी प्रदान करते. हे संशोधन करते, तथ्यांचे विश्लेषण करते आणि सरकारला माहितीपूर्ण निर्णय घेण्यात मदत करण्यासाठी माहिती

प्रदान करते. सचिवालयातील धोरण सल्लागार आणि तज्ज्ञ विविध पर्यायांचा विचार करून आणि विश्लेषण व संशोधनावर आधारित शिफारशी देऊन योग्य निवड करण्याच्या सरकारच्या क्षमतेमध्ये योगदान देतात.

३) मंत्रिमंडळाच्या बैठका :

मंत्रिमंडळाच्या बैठका आयोजित करण्यात आणि सुलभ करण्यात कॅबिनेट सचिवालय मध्यवर्ती भूमिका बजावते. या बैठकांमध्ये प्रमुख धोरणात्मक निर्णयांवर चर्चा केली जाते आणि त्यांना मंजुरी दिली जाते. सचिवालय हे सुनिश्चित करते की बैठक सुरळीत चालतील तसेच ते विषयपत्रिका तयार करते आणि कार्यवाहीची नोंद करते. हे सरकारला महत्त्वाच्या धोरणात्मक मुद्द्यांवर प्राधान्य देण्यास आणि चर्चा करण्यास मदत करते, महत्त्वाच्या बाबींवर लक्ष दिले जाते याची खात्री करण्यास मदत करते.

४) धोरण तयार करणे :

कॅबिनेट सचिवालय सरकारी धोरणे आणि प्रस्ताव तयार करण्यात मदत करते. हे धोरण दस्तऐवजांच्या विकासामध्ये महत्त्वाची भूमिका बजावते, संशोधन करते आणि सरकारच्या विचारासाठी विविध पर्यायांचे विश्लेषण करते. हे सरकारी धोरणे तयार करण्यास मदत करते, जे त्याच्या दृष्टी आणि उद्दिष्टांशी संरेखित करतात. ते चांगल्या प्रकारे संशोधन आणि पुराव्यावर आधारित आहेत याची खात्री करते.

५) सरकारी विभागांशी संपर्क :

सचिवालय विविध सरकारी विभाग आणि मंत्रालय यांच्यातील संपर्काचे काम करते. हे सुनिश्चित करते की सरकारी कृती चांगल्या प्रकारे समन्वित आहेत आणि सरकारच्या एकूण उद्दिष्टांशी संरेखित आहेत. हे सरकारी क्रियाकलापांमधील संघर्ष आणि विसंगती कमी करण्यास मदत करते. अखंड प्रशासनासाठी प्रभावी संपर्क आणि समन्वय आवश्यक आहे, विशेषत: जेव्हा विविध विभाग जटिल आणि परस्परसंबंधित समस्यांमध्ये गुंतलेले असतात.

६) संकट व्यवस्थापन :

संकटे आणि आपत्कालीन परिस्थिती हाताळण्यात कॅबिनेट सचिवालय महत्त्वपूर्ण भूमिका बजावते. राष्ट्रीय आणीबाणीच्या किंवा मोठ्या संकटांच्या वेळी, हे सरकारच्या प्रतिसादात समन्वय साधण्यास मदत करते आणि परिस्थितीचे निराकरण करण्यासाठी त्वरित निर्णय घेतले जातील याची खात्री करते. हे कार्य अत्यावश्यक घटनांना प्रभावीपणे प्रतिसाद देण्याच्या सरकारच्या क्षमतेसाठी महत्त्वपूर्ण आहे, ज्यांना त्वरित लक्ष देण्याची आणि निर्णायक कारवाईची आवश्यकता असते.

७) संसदीय कामकाज विभाग :

कॅबिनेट सचिवालय सरकारच्या विधिमंडळ शाखेशी सरकारच्या परस्परसंवादाचे व्यवस्थापन करते. हे विधेयक, कायदे आणि वैधानिक नियमांचा मसुदा तयार करण्यास मदत करते, ते सरकारच्या धोरणात्मक उद्दिष्टांशी सुसज्ज आणि संरेखित असल्याची खात्री करते. याव्यतिरिक्त, सचिवालय संसदीय प्रश्न आणि वादविवादांना उत्तरे तयार करते, सरकारला प्रभावीपणे संवाद साधण्यास आणि त्याचा विधायी अजेंडा अंमलात आणण्यास मदत करते.

८) परराष्ट्र व्यवहार आणि आंतरराष्ट्रीय सहकार्य विभाग :

कॅबिनेट सचिवालय हे आंतरराष्ट्रीय संस्था, परदेशी सरकारे आणि राजनैतिक मिशन यांच्याशी सरकारच्या परस्परसंवादाचे व्यवस्थापन करण्यासाठी जबाबदार आहे. हे परराष्ट्र संबंध, आंतरराष्ट्रीय वाटाघाटी आणि आंतरराष्ट्रीय करारांच्या विकासामध्ये महत्त्वपूर्ण भूमिका बजावते. हे कार्य सरकारला जागतिक समुदायाशी संलग्न होण्यास आणि आंतरराष्ट्रीय स्तरावर राष्ट्राच्या हिताचे प्रतिनिधित्व करण्यास मदत करते.

९) संप्रेषण आणि माहिती प्रसार :

सचिवालय सार्वजनिक संप्रेषण, मीडिया संबंध आणि सरकारी माहितीचा प्रसार हाताळते. यामध्ये प्रेस रिलीझ, अधिकृत विधाने आणि इतर सार्वजनिक संप्रेषणे तयार करणे व जारी करणे समाविष्ट आहे. प्रभावी संप्रेषण सरकारी उपक्रम आणि धोरणांबद्दल लोकांना माहिती पुरविण्यास मदत करते, पारदर्शकता आणि उत्तरदायित्व वाढवते.

१०) दस्तऐवजीकरण :

योग्य दस्तऐवजीकरण हे कॅबिनेट सचिवालयाचे अत्यावश्यक कार्य आहे. हे सरकारी निर्णय, अधिकृत दस्तऐवज आणि फाइल्सची सर्वसमावेशक नोंद राखण्यासाठी जबाबदार आहे. हे दस्तऐवजीकरण पारदर्शकता, उत्तरदायित्व, ऐतिहासिक संदर्भ आणि कायदेशीर व अंकेक्षण हेतूंसाठी महत्त्वपूर्ण आहे. हे सुनिश्चित करते की सरकारच्या कृती चांगल्या प्रकारे दस्तऐवजीकरण केलेल्या आहेत आणि आवश्यकतेनुसार त्यांचे पुनरावलोकन आणि छाननी केली जाऊ शकते.

११) अर्थसंकल्प आणि आर्थिक व्यवहार विभाग :

सरकारी अर्थसंकल्प तयार करणे आणि त्याची अंमलबजावणी करणे यासाठी कॅबिनेट सचिवालय जबाबदार आहे. सचिवालयातील वित्तीय अधिकारी सरकारच्या प्राधान्यक्रम आणि उद्दिष्टांवर आधारित विविध मंत्रालये व विभागांना निधीचे वाटप करतात. आर्थिक स्थिरता आणि अर्थसंकल्पीय नियमांचे पालन सुनिश्चित करण्यासाठी ते खर्च, महसूल आणि राजकोषीय धोरणाच्या आर्थिक बाबींचे निरीक्षण करतात.

➩ २.५ पंतप्रधान कार्यालय (PMO) :

पंतप्रधान कार्यालय (PMO) ही संसदीय शासन प्रणाली असलेल्या अनेक देशांमधील एक केंद्रीय संस्था आहे. हे सरकार प्रमुख पंतप्रधान यांचे प्रशासन, दळणवळण आणि निर्णय घेण्याचे प्राथमिक केंद्र म्हणून काम करते.

अ) ऐतिहासिक पार्श्वभूमी :

पंतप्रधान कार्यालयाची संकल्पना आधुनिक लोकशाही शासन प्रणालींच्या विकासाबरोबरच कालांतराने विकसित झाली आहे. हे पंतप्रधानांच्या भूमिकेशी जवळून जोडलेले आहे, जे सहसा संसदीय प्रणालींमध्ये सरकारचे प्रमुख असतात.

ब) पंतप्रधान कार्यालयाची रचना :

भारतातील पंतप्रधान कार्यालय ही पंतप्रधानांची धोरणे आणि निर्णय यांच्या समन्वय आणि अंमलबजावणीसाठी केंद्रीय यंत्रणा म्हणून काम करते. यात अनेक प्रमुख घटक आणि संरचनांचा समावेश आहे, ते पुढीलप्रमाणे :

१) पंतप्रधान :

पंतप्रधान कार्यालयाचे प्रमुख अर्थातच भारताचे पंतप्रधान असतात. देशाचे मुख्य कार्यकारी म्हणून, पंतप्रधान कार्यालयाला संपूर्ण दिशा आणि नेतृत्व प्रदान करतात आणि शेवटी त्याच्या सर्व कार्ये आणि क्रियाकलापांसाठी जबाबदार असतात.

२) पंतप्रधानांचे प्रधान सचिव :

पंतप्रधानांचे प्रधान सचिव हे कार्यालयामधील सर्वात वरिष्ठ नागरी सेवक आहेत आणि प्रशासकीय व धोरणात्मक बाबींवर पंतप्रधानांचे प्रमुख सल्लागार म्हणून काम करतात. हा अधिकारी कार्यालयाच्या कामकाजात समन्वय साधण्यात महत्त्वाची भूमिका बजावतो आणि पंतप्रधान व विविध सरकारी मंत्रालये आणि विभाग यांच्यात सेतू म्हणून काम करतो.

३) पंतप्रधानांचे अतिरिक्त प्रधान सचिव :

प्रधान सचिवांना मदत करणारे अतिरिक्त प्रधान सचिव किंवा पंतप्रधानांचे सचिव असतात. हे अधिकारी कार्यालयामधील विशिष्ट मंत्र्याचे खाते किंवा जबाबदारीच्या क्षेत्रांवर देखरेख करतात. धोरण तयार करणे, अंमलबजावणी आणि समन्वयामध्ये महत्त्वपूर्ण भूमिका बजावतात.

४) संयुक्त सचिव आणि संचालक :

पंतप्रधान कार्यालयामध्ये अनेक सहसचिव आणि संचालक असतात जे प्रशासन, धोरण विश्लेषण, संप्रेषण आणि इतर सरकारी संस्थांशी समन्वय यासारख्या विशिष्ट कार्यांसाठी जबाबदार असलेल्या विविध विभाग आणि एककांचे प्रमुख असतात. हे अधिकारी पंतप्रधान आणि वरिष्ठ कार्यालय नेतृत्वाला त्यांच्या संबंधित क्षेत्रामध्ये महत्त्वपूर्ण समर्थन देतात.

५) वैयक्तिक कर्मचारी :

पंतप्रधानांच्या वैयक्तिक कर्मचाऱ्यांमध्ये वैयक्तिक सहाय्यक, खाजगी सचिव आणि इतर प्रशासकीय कर्मचारी असतात जे पंतप्रधानांना त्यांचे दैनंदिन वेळापत्रक, पत्रव्यवहार आणि व्यस्तता व्यवस्थापित करण्यात थेट मदत करतात. ते पंतप्रधान आणि इतर भागधारकांमधील संपर्क म्हणून काम करतात, सुरळीत संवाद आणि समन्वय सुनिश्चित करतात.

६) विशेष सल्लागार :

पंतप्रधान कार्यालयामध्ये विशेष सल्लागार किंवा विशिष्ट धोरणात्मक मुद्यांवर किंवा प्राधान्यक्रमांवर पंतप्रधानांना विशेष सल्ला आणि सहाय्य देण्यासाठी नियुक्त केलेल्या विषय तज्ज्ञांचा देखील समावेश असतो. या व्यक्ती विविध क्षेत्रांतून कौशल्य प्राप्त केलेल्या असून पंतप्रधानांना माहितीपूर्ण निर्णय घेण्यास मदत करतात.

७) सहाय्यक कर्मचारी आणि पायाभूत सुविधा :

पंतप्रधान कार्यालय प्रशासकीय कर्मचारी, तांत्रिक कर्मचारी आणि त्याच्या सुरळीत कामकाजासाठी आवश्यक पायाभूत सुविधांद्वारे समर्थित आहे. यामध्ये कार्यक्षम कार्यपद्धती सुनिश्चित करण्यासाठी बैठका, संप्रेषण, दस्तऐवज व्यवस्थापन आणि माहिती तंत्रज्ञान सेवांच्या सुविधांचा समावेश आहे.

८) आंतर-मंत्रालय समन्वय :

पंतप्रधान कार्यालय सरकारच्या विविध मंत्रालये आणि विभागांच्या क्रियाकलापांमध्ये समन्वय साधण्यात मध्यवर्ती भूमिका बजावते. हे आंतर-मंत्रालयीय समन्वयाचे केंद्र म्हणून काम करते, विविध क्षेत्रे आणि प्रशासनाच्या क्षेत्रांमध्ये धोरण तयार करण्यात आणि अंमलबजावणीमध्ये सुसंगतता सुनिश्चित करते.

क) पंतप्रधान कार्यालयाची कार्ये :

पंतप्रधान कार्यालयाची कार्ये पुढील प्रमाणे जाणून घेता येईल :

१) पंतप्रधानांना सल्ला देणे :

पंतप्रधान कार्यालयामध्ये सल्लागारांची एक टीम असते जी पंतप्रधानांना महत्वपूर्ण सल्ला देते. हे सल्लागार वरिष्ठ नागरी सेवक, धोरण तज्ज्ञ, राजकीय सल्लागार आणि कायदेशीर तज्ज्ञांसारख्या विविध पार्श्वभूमीतून येतात. ते विविध मुद्यांवर मार्गदर्शन करतात, पंतप्रधानांना राज्याच्या बाबींवर माहितीपूर्ण निर्णय घेण्यास मदत करतात.

२) धोरण विकास :

सरकारी धोरणांच्या विकास आणि निर्मितीमध्ये पंतप्रधान कार्यालयाची भूमिका महत्त्वाची आहे. पंतप्रधान कार्यालयामधील धोरण तज्ज्ञ विविध धोरण पर्यायांचे संशोधन, विश्लेषण आणि मूल्यमापन करतात. सरकारचे निर्णय योग्य पुरावे आणि तज्ज्ञांच्या शिफारशींवर आधारित आहेत याची खात्री करतात.

३) सरकारी समन्वय :

पंतप्रधान कार्यालयाची महत्त्वाची भूमिका म्हणजे सरकारच्या क्रियाकलापांमध्ये समन्वय साधणे होय. हे सुनिश्चित करते की विविध सरकारी विभाग आणि मंत्रालये पंतप्रधानांची धोरणे व निर्णयांची अंमलबजावणी करण्यासाठी सामंजस्याने काम करतात. सरकारच्या कार्यक्षम कार्यासाठी आणि त्याची उद्दिष्टे साध्य करण्यासाठी हा समन्वय आवश्यक आहे.

४) संकट व्यवस्थापन :

राष्ट्रीय आणीबाणी किंवा संकटाच्या वेळी पंतप्रधान कार्यालय सरकारच्या प्रतिसादात समन्वय साधण्यासाठी अग्रगण्य भूमिका पार पाडते. नैसर्गिक आपत्ती असो, सुरक्षेचा धोका असो किंवा सार्वजनिक आरोग्य आणीबाणी असो, संकटाशी सामना करण्यासाठी योग्य त्या कृती तत्परतेने केली जातील याची खात्री करते.

५) संप्रेषण आणि जनसंपर्क :

पंतप्रधानांच्या संवाद धोरणाचे व्यवस्थापन करणे हे पंतप्रधान कार्यालयाचे आणखी एक महत्त्वाचे कार्य आहे. यामध्ये भाषण लेखन, मीडिया संबंध आणि अधिकृत विधाने जारी करणे समाविष्ट आहे. प्रभावी संप्रेषण सरकारला आपली धोरणे आणि निर्णय लोकांपर्यंत पोहोचविण्यास आणि पारदर्शकता राखण्यास मदत करते.

६) कर्मचारी :

पंतप्रधान कार्यालय कर्मचाऱ्यांमध्ये राजकीय नियुक्ती आणि नागरी सेवक यांचा समावेश असतो. या व्यक्ती अनेकदा धोरण विश्लेषण, कायदा, संप्रेषण, सार्वजनिक प्रशासन यासारख्या विविध क्षेत्रात अत्यंत अनुभवी आणि कुशल असतात. कर्मचाऱ्यांची विविधता सरकारला भेडसावणाऱ्या जटिल समस्यांचे निराकरण करण्यासाठी बहुआयामी दृष्टीकोन स्वीकारण्यास चालना देते.

➩ २.६ केंद्रीय प्रशासन आणि राज्य प्रशासन यातील परस्पर संबंध :

भारतातील केंद्रीय प्रशासन आणि राज्य प्रशासन यांच्यातील संबंध हा देशाच्या संघराज्य व्यवस्थेचा एक महत्त्वाचा पैलू आहे. भारत हे एक संघीय प्रजासत्ताक आहे आणि केंद्र (केंद्र) सरकार व राज्य सरकार यांच्यातील अधिकार आणि जबाबदाऱ्यांचे वितरण भारतीय राज्यघटनेद्वारे परिभाषित केले आहे. भारतातील केंद्र प्रशासन आणि राज्य प्रशासन यांच्यातील बहुआयामी संबंधांचा आढावा घेत असताना घटनात्मक व्यवस्था, अधिकारांचे विभाजन, आर्थिक संबंध, आंतरसरकारी समन्वय, राजकीय गतिशीलता आणि आव्हाने यासारख्या महत्त्वाच्या पैलूंवर लक्ष केंद्रित केले पाहिजे.

अ) घटनात्मक व्यवस्था :

भारतीय राज्यघटना हा देशाचा सर्वोच्च कायदा आहे आणि तो केंद्रीय प्रशासन व राज्य प्रशासन यांच्यातील संबंधांची चौकट प्रदान करतो. मुख्य घटनात्मक व्यवस्थांमध्ये पुढील घटक समाविष्ट आहेत :

१) अधिकारांचे विभाजन :

भारताची राज्यघटना त्याच्या सातव्या अनुसूचीमध्ये केंद्र सरकार (केंद्रीय सूची), राज्य सरकारे (राज्य सूची) आणि समवर्ती अधिकार (समवर्ती सूची) यांचे अधिकार आणि जबाबदाऱ्यांचे वर्णन करते. केंद्र सूचीमध्ये अशा बाबींचा समावेश होतो ज्यावर केवळ केंद्र सरकार कायदा करू शकते, राज्य सूचीमध्ये राज्य सरकारांच्या विशेष अधिकारक्षेत्रातील बाबींचा समावेश होतो आणि समवर्ती सूचीमध्ये केंद्र आणि राज्य सरकार दोन्ही कायदा करू शकतात अशा बाबींचा समावेश होतो.

२) अवशिष्ट/शेष अधिकार :

काही संघराज्य प्रणालींच्या विपरीत भारतातील अवशिष्ट अधिकार स्पष्टपणे केंद्र सरकारकडे निहित आहेत. केंद्रीय सूची किंवा राज्य सूचीमध्ये नमूद नसलेली कोणतीही बाब केंद्र सरकारच्या अखत्यारीत येते.

३) संविधानाचे वर्चस्व :

भारतीय राज्यघटना सर्वोच्च आहे आणि त्याच्याशी विसंगत कोणताही कायदा रद्दबातल ठरवला जातो. समवर्ती विषयावर केंद्र आणि राज्य कायद्यांमध्ये संघर्ष झाल्यास, केंद्राचा कायदा प्रचलित असतो.

४) आर्थिक संसाधनांचे वितरण :

राज्यघटनेत केंद्र आणि राज्य सरकारांमधील आर्थिक संसाधनांच्या वितरणाच्या तरतुदींचाही समावेश आहे, ज्यांची खाली तपशीलवार चर्चा केली आहे.

ब) अधिकार आणि जबाबदाऱ्यांचे विभाजन :

भारतीय संघराज्य व्यवस्थेत केंद्र आणि राज्य प्रशासन यांच्यातील अधिकार व जबाबदाऱ्यांची विभागणी महत्त्वपूर्ण आहे :

१) केंद्र सरकारचे अधिकार :

i) संरक्षण आणि राष्ट्रीय सुरक्षा :

भारताचे संरक्षण, परराष्ट्र व्यवहार आणि राष्ट्रीय सुरक्षेशी संबंधित बाबी हे केंद्र सरकारचे एकमेव क्षेत्र आहे.

ii) चलन आणि नाणी :

चलन आणि नाणी जारी करण्याचे आणि त्यांचे नियमन करण्याचे अधिकार केंद्र सरकारला आहेत.

iii) आंतरराज्यीय वाणिज्य :

केंद्र सरकारला आंतरराज्यीय व्यापार आणि वाणिज्य नियमन व सुविधा देण्याचे अधिकार आहेत.

२) राज्य सरकारचे अधिकार :

i) पोलीस आणि सार्वजनिक सुव्यवस्था :

राज्य सरकारांना त्यांच्या संबंधित प्रदेशातील कायदा आणि सुव्यवस्था, पोलिस दल आणि सार्वजनिक सुव्यवस्था याबाबत अधिकार आहेत.

ii) आरोग्यसेवा आणि शिक्षण :

आरोग्य सेवा आणि प्राथमिक व माध्यमिक शिक्षणाची तरतूद ही प्रामुख्याने राज्य सरकारांची जबाबदारी आहे.

iii) स्थानिक सरकार :

नगरपालिका आणि पंचायतीसारख्या स्थानिक स्वराज्य संस्थांची स्थापना आणि व्यवस्थापन करण्याचे अधिकार राज्य सरकारांना आहेत.

iv) समवर्ती अधिकार :

समवर्ती सूची अंतर्गत येणाऱ्या बाबी केंद्र आणि राज्य सरकारच्या कायद्याच्या अधीन आहेत. यामध्ये शिक्षण, विवाह आणि घटस्फोट, दिवाळखोरी आणि नादारी तसेच कामगार संघटनांचा समावेश आहे.

क) आर्थिक पैलू :

आर्थिक संसाधनांचे वितरण हा भारतातील केंद्र-राज्य संबंधांचा एक महत्त्वाचा पैलू आहे :

१) महसूल संकलन :

महसूल वसुली केंद्र आणि राज्य सरकारमध्ये विभागली जाते. केंद्र सरकार आयकर, सीमाशुल्क आणि केंद्रीय उत्पादन शुल्क गोळा करते, तर राज्य सरकारे विक्रीकर, मूल्यवर्धित कर (व्हॅट) आणि मुद्रांक शुल्क यासारख्या स्त्रोतांकडून महसूल गोळा करतात.

२) महसुलाचे वितरण :

भारतीय राज्यघटनेत केंद्र आणि राज्य सरकारांमधील महसूल वितरणाच्या तरतुदींचा समावेश आहे. केंद्र सरकार आपल्या कर महसुलाचा एक भाग राज्यांना सामायिक करते, जो वित्त आयोगाद्वारे निर्धारित केला जातो.

३) देयके हस्तांतरित करणे :

केंद्र सरकार राज्य सरकारांना अनुदानाच्या स्वरूपात आर्थिक मदत करते. या अनुदानांचे वैधानिक, विवेकाधीन आणि केंद्र प्रायोजित योजना म्हणून वर्गीकरण केले जाते. या अनुदानांचा उद्देश शिक्षण, आरोग्यसेवा आणि पायाभूत सुविधांच्या विकासासारख्या क्षेत्रांना राज्यस्तरीय कार्यक्रम आणि उपक्रमांना पाठिंबा देणे आहे.

४) वित्तीय जबाबदारी आणि अर्थसंकल्प व्यवस्थापन (FRBM) :

वित्तीय जबाबदारी आणि अर्थसंकल्प व्यवस्थापन कायदा केंद्र आणि राज्य या दोन्ही स्तरांवर वित्तीय शिस्तीसाठी लक्ष्य निर्धारित करतो. राज्य सरकारांना परिभाषित मर्यादेत कर्ज घेण्याची लवचिकता देताना जबाबदार वित्तीय व्यवस्थापन सुनिश्चित करणे हे त्याचे उद्दिष्ट आहे.

५) वस्तू आणि सेवा कर (GST) :

जीएसटी ही एकसमान अप्रत्यक्ष कर प्रणाली लागू केल्याने भारतातील आर्थिक परिस्थिती लक्षणीय बदलली आहे. केंद्र आणि राज्य जीएसटीच्या दुहेरी संरचनेसह केंद्र आणि राज्य सरकारे यात सामील आहेत. जीएसटीमधून मिळणारा महसूल केंद्र आणि राज्य सरकारांमध्ये वाटून घेतला जातो.

ड) आंतरसरकारी समन्वय :

भारतातील सुशासनासाठी केंद्रीय प्रशासन आणि राज्य प्रशासन यांच्यात प्रभावी समन्वय व सहकार्य आवश्यक आहे. आंतरशासकीय समन्वय यंत्रणेमध्ये पुढील घटक समाविष्ट आहेत :

१) आंतरराज्य परिषद :

आंतरराज्यीय परिषद ही घटनेच्या अनुच्छेद २६३ द्वारे प्रदान केल्याप्रमाणे, केंद्र आणि राज्य सरकारांसाठी समान हिताच्या बाबींवर चर्चा करण्यासाठी एक व्यासपीठ म्हणून काम करते. याचे नेतृत्व पंतप्रधान करतात आणि त्यात राज्ये व केंद्रशासित प्रदेशांचे मुख्यमंत्री आणि प्रतिनिधी समाविष्ट असतात.

२) राष्ट्रीय विकास परिषद :

राष्ट्रीय विकास परिषद हा सहकारी संघराज्यवादाचा एक मंच आहे, जेथे केंद्र सरकार आणि राज्य सरकारे राष्ट्रीय विकास धोरणे आणि कार्यक्रमांवर चर्चा व समन्वय साधण्यासाठी एकत्र येतात.

३) नीती आयोग :

नीती आयोग हा नियोजन आयोगाची जागा घेण्यासाठी स्थापन करण्यात आला असून तो सहकारी संघराज्यवादाला चालना देणारी मार्गदर्शन आणि धोरण सल्लागार संस्था म्हणून कार्य करतो. हा धोरणे विकसित करण्यासाठी आणि अंमलबजावणी करण्यासाठी केंद्र सरकार व राज्य सरकार यांच्यात नियमित संवाद साधण्यास मदत करतो.

४) वित्त आयोग :

वित्त आयोग ही एक घटनात्मक संस्था आहे जी केंद्र आणि राज्य सरकारांमधील आर्थिक संबंधांमध्ये महत्त्वपूर्ण भूमिका बजावते. हे केंद्रीय कर महसूल राज्यांमध्ये वितरीत करण्याची शिफारस करते आणि राज्यांच्या आर्थिक स्थितीचा आढावा घेते.

५) आंतरराज्य करार :

सामायिक समस्या किंवा आव्हाने हाताळण्यासाठी राज्ये आंतरराज्यीय करार करू शकतात. या करारांमध्ये संसाधन वाटप, पाणी वाटप आणि इतर सहकारी व्यवस्था यांचा समावेश असतो.

इ) राजकीय गतिशीलता :

केंद्र आणि राज्य पातळीवरील राजकीय गतिशीलता केंद्रीय प्रशासन आणि राज्य प्रशासन यांच्यातील संबंधांवर प्रभाव टाकतात:

१) पक्षपाती राजकारण :

दोन्ही स्तरावरील नेत्यांची राजकीय संलग्नता आणि विचारसरणी संबंधांवर परिणाम करते. केंद्रीय स्तरावर आणि विविध राज्यांमध्ये सत्तेत असलेल्या राजकीय पक्षावर सहकार्य आणि समन्वयाचा प्रभाव असतो.

२) नेतृत्व शैली :

केंद्र-राज्य संबंधांचे स्वरूप ठरवण्यात पंतप्रधान आणि मुख्यमंत्र्यांच्या नेतृत्वशैली महत्त्वपूर्ण भूमिका बजावतात. सहकारी संघराज्यवाद आणि संवादाला प्राधान्य देणारे नेते अधिक सुसंवादी संबंध वाढवू शकतात.

३) संघर्ष निराकरण :

केंद्र आणि राज्य सरकारांमध्ये विशेषत: अधिकारांचे विभाजन आणि आर्थिक बाबींबाबत वाद आणि संघर्ष उद्भवू शकतात. राजकीय नेते अनेकदा वाटाघाटी, तडजोड आणि कायदेशीर मार्गाने या संघर्षांचे निराकरण करण्यात महत्त्वपूर्ण भूमिका बजावतात.

फ) आव्हाने आणि समस्या :

भारतातील केंद्र-राज्य संबंधात पुढील आव्हाने आणि समस्या आहेत :

१) संसाधन मर्यादा :

काही राज्य सरकारांचा असा युक्तिवाद आहे की त्यांना केंद्रीय संसाधनांचा समान वाटा मिळत नाही, ज्यामुळे आर्थिक असमतोल व विकासामध्ये असमानता निर्माण होते.

२) राजकीय वाद :

राज्यत्वाच्या मागण्या, नदी पाणी वाटपाशी संबंधित वाद आणि धोरणाच्या प्राधान्यक्रमांमधील फरक यासारख्या मुद्यांवरून राजकीय वाद आणि संघर्ष उद्भवतात.

३) आच्छादित अधिकार क्षेत्र :

राज्यघटनेतील समवर्ती सूचीचा परिणाम काहीवेळा अधिकारक्षेत्रात आच्छादित होतो, ज्यामुळे गोंधळ आणि प्रशासकीय आव्हाने निर्माण होतात.

४) प्रशासकीय समन्वय :

प्रशासकीय समन्वय जटिल असतो, विशेषत: ज्या भागात केंद्र आणि राज्य सरकार दोन्ही समवर्ती जबाबदाऱ्या आहेत. प्रयत्नांची वारंवारता टाळण्यासाठी आणि कार्यक्षम सेवा वितरण सुनिश्चित करण्यासाठी प्रभावी समन्वय आवश्यक आहे.

५) नोकरशाही संबंध :

राज्यांमध्ये सेवा देणारे भारतीय प्रशासकीय सेवा (IAS) अधिकारी आणि केंद्र सरकारच्या पदांवर सेवा करणारे यांच्यातील प्रशासकीय संबंध कधीकधी संघर्ष आणि समन्वय आव्हानांना कारणीभूत ठरतात.

६) संघराज्य आणि स्थानिक प्रशासन :

केंद्र-राज्य संबंधांचा केंद्रबिंदू अनेकदा राज्य सरकारांवर असतो, तर स्थानिक स्वराज्य संस्थांची (पंचायत आणि नगरपालिका) भूमिका देखील संघराज्यवादाच्या संदर्भात महत्त्वाची असते. स्थानिक प्रशासनावर केंद्र आणि राज्याच्या प्रभावाचा समतोल राखणे हे सततचे आव्हान आहे.

ग) सहकारी संघराज्य आणि आव्हाने :

अलिकडच्या काळात भारतात सहकारी संघराज्यवादावर भर दिला जात आहे. सहकारी संघराज्य समान उद्दिष्टे साध्य करण्यासाठी केंद्र आणि राज्य सरकार यांच्यातील सहयोग व भागीदारीवर भर देते. आर्थिक विकास, आरोग्यसेवा, शिक्षण, पायाभूत सुविधा आणि समाजकल्याण यासारख्या जटिल आव्हानांना तोंड देण्यासाठी हा दृष्टिकोन महत्त्वाचा मानला जातो. सहकारी संघराज्याची मुख्य वैशिष्ट्ये पुढीलप्रमाणे आहेत :

१) सहयोगी धोरण तयार करणे :
केंद्र सरकार धोरणांच्या निर्मितीमध्ये राज्य सरकारांना सामील करून घेते आणि निर्णय घेण्याच्या प्रक्रियेत त्यांचे काय म्हणणे आहे हे जाणून घेते.

२) आर्थिक विकास :
वित्त आयोगांच्या शिफारशीनुसार राज्यांना वाटप करण्यात आलेल्या केंद्रीय कर महसुलातील वाटा वाढवणे, हे समान संसाधन वितरणाच्या दिशेने एक पाऊल म्हणून पाहिले जाते.

३) संयुक्त उपक्रम :
केंद्र आणि राज्य सरकारे संयुक्तपणे विशेषत: आरोग्य, शिक्षण आणि पायाभूत सुविधा यासारख्या क्षेत्रात पुढाकार घेतात आणि त्यांची अंमलबजावणी करतात.

४) राज्य कार्यक्रमांसाठी समर्थन :
केंद्र सरकार राज्य कार्यक्रमांना सहाय्य पुरवते, राज्यांना विकासाची उद्दिष्टे साध्य करण्यास आणि त्यांच्या जबाबदाऱ्या पूर्ण करण्यास मदत करते. सहकारी संघराज्यात भारतातील प्रशासनाची परिणामकारकता वाढवण्याची क्षमता आहे, परंतु हा दृष्टीकोन विविध क्षेत्रांमध्ये सर्व समस्यांवर सातत्याने लागू होईल याची खात्री करण्यात आव्हाने आहेत.

❋❋❋❋

सरावासाठी प्रश्न

प्र. १. दीर्घोत्तरी प्रश्न.

१) भारतातील पंतप्रधानांची भूमिका स्पष्ट करा.
२) भारतातील पंतप्रधानांचे अधिकार आणि कार्ये विशद करा.
३) भारतातील मंत्रिमंडळाविषयी तपशीलवार माहिती सांगा.
४) केंद्रीय सचिवालय म्हणजे काय? भारतातील केंद्रीय सचिवालयाची रचना स्पष्ट करा.
५) भारतातील केंद्रीय सचिवालयाचे अधिकार आणि कार्ये स्पष्ट करा.
६) कॅबिनेट सचिवालय म्हणजे काय? भारतातील कॅबिनेट सचिवालयाची रचना स्पष्ट करा.
७) भारतातील कॅबिनेट सचिवालयाचे अधिकार आणि कार्ये स्पष्ट करा.
८) पंतप्रधान कार्यालय (PMO) याबाबत सविस्तर माहिती सांगा.
९) केंद्र आणि राज्य प्रशासन यांच्यातील संबंध स्पष्ट करा.

प्र. २. टिपा लिहा.

१) पंतप्रधान.
२) मंत्रीमंडळ.
३) केंद्रीय सचिवालय.
४) कॅबिनेट सचिवालय.
५) पंतप्रधान कार्यालय (PMO).
६) केंद्र आणि राज्य प्रशासनातील संबंध.

प्रकरण ३

भारतातील सनदी सेवा

➪ प्रस्तावना :

भारतातील सनदी सेवा किंवा प्रशासकीय सेवा हा घटक भारतीय प्रशासनातील भरतीचा मुख्य स्त्रोत आहे. त्यामुळे भारतीय राज्यघटनेत अखिल भारतीय सेवांबाबत तरतूद करण्यात आलेली आहे. यानुसार भारतीय राज्यघटनेच्या कलम ३१२ अन्वये राज्यसभेने आपल्या उपस्थित राहून मतदान करण्याऱ्या सभासदांच्या २/३ बहुमताने अखिल भारतीय सेवा निर्माण करणे राष्ट्रहिताच्या दृष्टीने आवश्यक आहे असा ठराव संमत केला तर, संसद कायदा करून एक किंवा अधिक अखिल भारतीय सेवा निर्माण करू शकते. तसेच या सेवांच्या नियुक्ती संदर्भातील अटींबाबत नियम तयार करू शकते. भारतात सर्वसाधारणपणे अखिल भारतीय सेवा, केंद्रीय सेवा आणि राज्य सेवा या प्रकारांत सनदी सेवांचे वर्गीकरण केले जाते. अखिल भारतीय सेवांमध्ये ब्रिटीश काळापासून चालत आलेल्या भारतीय प्रशासकीय सेवा आणि भारतीय पोलीस सेवा यांचा समोवश होतो. याखेरीज भारतीय वन सेवेचाही त्यात अंतर्भाव करण्यात आला आहे. केंद्र आणि राज्य पातळीवरील सेवांमध्ये भरती करण्यासाठी केंद्रीय लोकसेवा आयोग व राज्य लोकसेवा आयोग या यंत्रणा निर्माण करण्यात आल्या आहेत. तसेच सनदी सेवांच्या कार्यक्षमतेत वाढ घडवून आणण्यासाठी त्यांना प्रशिक्षण देणारी यंत्रणा निर्माण करण्यात आली आहे. प्रशासकीय दोषांचे उच्चाटन करण्यासाठी वेळोवेळी प्रशासकीय सुधारणा देखील करण्यात आल्या आहेत.

➪ ३.१ सनदी सेवांचे वर्गीकरण :

भारतीय प्रशासनात कार्यरत असणाऱ्या प्रशासकीय सेवकांचा कार्यकाल निश्चित असतो. वयाची विशिष्ट वर्षे पूर्ण झाल्यावर ते निवृत्त होतात. त्यामुळे या रिक्त होणाऱ्या पदांवर भरती करण्यासाठी सनदी सेवा निर्माण करण्यात आलेल्या आहेत. यातील काही सेवा अखिल भारतीय आहेत तर काही केंद्र व राज्य स्तरावरील आहेत. मात्र, या सर्व सेवांचा समावेश सनदी सेवांमध्ये केला जातो.

३.१.१ अखिल भारतीय सेवा :

अखिल भारतीय सेवांमध्ये भारतीय प्रशासकीय सेवा (Indian Administrative Service) ही सर्वात महत्त्वाची व प्रतिष्ठेची सेवा समजली जाते. ब्रिटीश काळातील भारतीय सनदी सेवेमधून भारतीय प्रशासकीय सेवेचा उगम झाला आहे. भारत सरकारने पूर्वीच्या भारतीय सनदी सेवेच्या धर्तीवरच १९४७ मध्ये या सेवेची निर्मिती केली होती; त्यामुळे भारतीय प्रशासकीय सेवेला दीर्घ परंपरा लाभली आहे असे निश्चितच म्हणता येईल. इंग्रजी राजवटीच्या काळात भारतीय सनदी सेवेला खास महत्त्व प्राप्त झाले होते. भारतातील इंग्रजी सत्तेचा मुख्य आधारस्तंभ असे तिला संबोधले जात होते. भारतीय सनदी सेवा तिची उच्च गुणवत्ता आणि श्रेष्ठ प्रतीची कार्यक्षमता याबद्दल ओळखली जात होती. इंग्रजी सत्तेच्या प्रशासनाची 'पोलादी चौकट' या दृष्टिकोनातून तिच्याकडे पाहिले जात होते; त्यामुळे या सेवेत असलेल्या अधिकाऱ्यांना त्याकाळी विशेष प्रतिष्ठा लाभली होती. त्यांना उच्च सामाजिक दर्जा प्राप्त झाला होता. या देशाचा राज्यकर्ता वर्ग असाच त्यांचा उल्लेख केला जात होता. भारतीय प्रशासकीय सेवेला हा वारसा मिळाला असल्याने इतर कोणत्याही सार्वजनिक सेवेपेक्षा आजदेखील या सेवेलाच विशेष महत्त्व दिले जाते.

अ) भरतीची पद्धत :

वरील विवेचनात उल्लेख केल्याप्रमाणे भारतीय प्रशासकीय सेवेतील भरतीसाठी केंद्रीय लोकसेवा आयोगामार्फत दरवर्षी स्पर्धा परीक्षेचे आयोजन केले जाते. या परीक्षेला बसण्यासाठी संबंधित उमेद्वाराचे वय २१ वर्षे ते ३२ वर्षे या दरम्यान असावे लागते; तसेच तो देशातील मान्यताप्राप्त विद्यापीठाचा पदवीधर असावा लागतो. कोणत्याही विद्याशाखेतील पदवीधर या परीक्षेला बसण्यास पात्र समजला जातो. अनुसूचित जाती व अनुसूचित जमाती या प्रवर्गातील उमेदवारांसाठी वयोमर्यादेची अट काही प्रमाणात शिथिल केली जाते. भारतीय प्रशासकीय सेवा, भारतीय विदेशी सेवा, भारतीय पोलीस सेवा आणि 'अ' गटातील केंद्रीय सेवा यांच्यासाठी एकच समान परीक्षा घेतली जाते.

ब) परीक्षेचे स्वरूप :

वरील सेवांसाठी घेतल्या जणाऱ्या परीक्षेचे दान भाग पडतात. दुसऱ्या शंब्दात, ही परीक्षा दोन भागांत घेतली जाते.

१) पूर्व परीक्षा :

सार्वजनिक सेवांसाठी घेतली जाणारी पूर्व परीक्षा चाळणीच्या स्वरूपाची असते. म्हणजे या परीक्षेत उत्तीर्ण होणाऱ्या उमेदवारांनाच पुढील परीक्षेला किंवा मुख्य परीक्षेला बसता येते. मुख्य परीक्षेसाठी पात्र उमेदवारांची निवड करणे हा पूर्व परीक्षेच्या आयोजनाचा मुख्य उद्देश असतो. पूर्व परीक्षेसाठी एकूण दोन पेपर असतात.

हे दोन्ही पेपर २००-२०० मार्कांचे असतात. यातील पहिला पेपर सामान्य अध्ययनाचा असतो, तर दुसरा पेपर हा सिव्हिल सर्विस एप्टीट्युड टेस्टचा (CSAT) असतो. हे दोन्ही पेपर ऑब्जेक्टीव्ह (Objective) स्वरूपाचे असतात. या परीक्षेसाठी चार तासांचा अवधी असतो.

२) मुख्य परीक्षा :

वर म्हटल्याप्रमाणे पूर्ण परीक्षेमधून निवडल्या गेलेल्या उमेदवारांनाच मुख्य परीक्षेला बसता येते. या परीक्षेच्या प्रश्नपत्रिकेतील प्रश्न निबंधवजा स्वरूपाचे असतात. मुख्य परीक्षेसाठी एकूण नऊ पेपर असतात. यातील दोन पेपर्स ३००-३०० मार्कांचे असतात तर बाकीचे सात पेपर्स हे २५०-२५० मार्कांचे असतात. म्हणजेच ही परीक्षा एकूण १७५० गुणांची असते. यातील पहिले दोन पात्रता पेपर्स पैकी पहिला पेपर हा भारतीय राज्यघटनेचा आठव्या परिशिष्टात समाविष्ट असणाऱ्या कुठल्याही एका भारतीय भाषेतील असतो, तर दुसरा पेपर हा इंग्रजी

भाषेचा असतो. हे दोन्ही पेपर्स ३००-३०० मार्कांचे असतात. उरलेल्या सात पेपर्स पैकी एक पेपर निबंधाचा असतो. चार पेपर्स सामान्य अध्ययनाचे असतात तर दोन पेपर्स ऐच्छिक विषयाचे असतात.

३) मुलाखत :

मुख्य परीक्षेत पात्र ठरलेल्या उमेदवारांना मुलाखतीसाठी किंवा तोंडी परीक्षेसाठी पाचारण केले जाते. मुलाखतीसाठी २७५ गुण असतात. परीक्षेचा निकाल घोषित करताना मुख्य परीक्षा व मुलाखत या दोन्हींमधील गुणांचा एकत्रित विचार केला जातो. कोणत्याही उमेदवाराला या परीक्षेला बसण्यासाठी तीन संधी दिल्या जातात.

३.१.२ केंद्रीय सेवा :

भारतातील नागरी सेवांचा दुसरा प्रकार केंद्रीय सेवा हा होय.

अ) केंद्र सरकारच्या नियंत्रणाखालील सेवा :

केंद्रीय सेवांचे महत्त्वाचे वैशिष्ट्य असे की, या सेवा पूर्णपणे केंद्र सरकारच्या नियंत्रणाखाली असतात. अखिल भारतीय सेवा आणि केंद्रीय सेवा यांतील महत्त्वाचा फरक असा की, अखिल भारतीय सेवांवर केंद्र सरकार व राज्य सरकार यांचे संयुक्त नियंत्रण असते. त्या सेवा केंद्र व राज्य या दोहोंना समान असतात; परंतु केंद्रीय सेवा फक्त केंद्र सरकारच्या अखत्यारीतील सेवा असतात. त्यांच्यावर फक्त केंद्र सरकारचेच नियंत्रण असते. केंद्रीय सेवांमधील अधिकाऱ्यांची संपूर्ण देशात कोठेही नियुक्ती केली जाऊ शकते. तथापि, ते फक्त केंद्र सरकारचेच सेवक असतात. राज्य सरकारांच्या नियंत्रणाखालील सेवांमध्ये त्यांची नियुक्ती केली जाऊ शकत नाही.

ब) संघसूचीतील विषयांसाठी निर्मिती :

केंद्रीय सेवा या भारतीय राज्यघटनेतील अधिकार विभागणीच्या सूचींपैकी संघसूचीत किंवा केंद्रसूचीत समाविष्ट करण्यात आलेल्या विषयांसाठी निर्माण करण्यात आल्या आहेत. केंद्रीय सेवांचे आणखी एक वैशिष्ट्य असे सांगता येईल की, या सेवांमधील प्रत्येक सेवेचे सेवानियम वेगवेगळे किंवा स्वतंत्र असतात. त्यामुळे एका सेवेत नियुक्ती झालेल्या कर्मचाऱ्यांची बदली दुसऱ्या सेवेत होत नाही.

क) केंद्रीय लोकसेवा आयोगामार्फत निवड :

केंद्रीय सेवेतील अधिकाऱ्यांच्या नेमणुका केंद्रीय लोकसेवा आयोगाच्याशिफारशींवरून राष्ट्रपती करतो. याचा अर्थ असा की, अखिल भारतीय सेवांप्रमाणेच केंद्रीय सेवांतील कर्मचाऱ्यांची भरतीही स्पर्धा परीक्षांद्वारे होते. या स्पर्धा परीक्षा केंद्रीय लोकसेवा आयोगांमार्फत घेतल्या जातात. साहजिकच, केंद्रीय सेवांमधील अधिकाऱ्यांच्या निवडीचा मुख्य निकष गुणवत्ता हाच असतो.

ड) केंद्रीय सेवांची वाढती संख्या :

स्वातंत्र्योत्तर काळात केंद्रीय सेवांच्या संख्येत सतत वाढ होत गेली असल्याचे पाहावयास मिळते. इ.स. १९४७ मध्ये केंद्रीय सेवांची संख्या २४ इतकी होती. इ. स. २००२ मध्ये ही संख्या ६६ इतकी झाली. केंद्रीय सेवांच्या वाढत्या संख्येचे प्रमुख कारण राज्याच्या कार्यक्षेत्रात झालेली वाढ हे होय. भारत सरकारच्या कार्यकारी निर्णयाद्वारे केंद्रीय सेवेची स्थापना केली जाते.

इ) काही महत्त्वाच्या केंद्रीय सेवा :

सध्या अस्तित्वात असलेल्या काही महत्त्वाच्या केंद्रीय सेवा पुढीलप्रमाणे सांगता येतील :

१) भारतीय विदेश सेवा
२) भारतीय व्यापार सेवा
३) भारतीय रेल्वे लेखा सेवा
४) भारतीय रेल्वे वैद्यकीय सेवा
५) भारतीय रेल्वे सेवक सेवा
६) भारतीय रेल्वे वाहतूक सेवा

७) भारतीय टपाल सेवा
८) भारतीय आर्थिक सेवा.
९) भारतीय सांख्यिकी सेवा
१०) केंद्रीय अभियांत्रिकी सेवा
११) केंद्रीय जलअभियांत्रिकी सेवा
१२) भातरीय विधी सेवा
१३) केंद्रीय मजूर सेवा
१४) भारतीय महसूल सेवा
१५) भारतीय माहिती सेवा
१६) भारतीय लेखा परीक्षा आणि लेखा सेवा
१७) भारतीय सीमा कर आणि केंद्रीय अबकारी सेवा
१८) भारतीय आरोग्य सेवा
१९) भारतीय दूरसंचार सेवा
२०) भारतीय संरक्षण लेखा सेवा
२१) भारतीय पुरवठा सेवा
२२) भारतीय मीठ सेवा
२३) सर्व्हे ऑफ इंडिया सेवा

३.१.३ राज्य सेवा :

भारतातील सनदी सेवांचा तिसरा प्रकार राज्य सेवा हा होय

अ) राज्य सरकारच्या नियंत्रणाखालील सेवा :

राज्यसेवा या घटक राज्यांनी निर्माण केलेल्या सेवा असतात. त्यामुळे या सेवांवर राज्य सरकारचे नियंत्रण चालते. भारतीय राज्यघटनेतील अधिकार–विभागणीच्या तीन सूचींपैकी राज्यसूचीत समाविष्ट करण्यात आलेल्या विषयांच्या प्रशासनासाठी या सेवा स्थापन करण्यात आल्या आहेत. भारत हे संघराज्य असल्यामुळे घटक राज्यांसाठी वेगळ्या किंवा स्वतंत्र सेवांची तरतूद करणे घटनाकारांना आवश्यक वाटले. संघराज्य पद्धतीत घटक राज्यांच्या अधिकारांचे रक्षण करण्याचा किंवा त्यांची स्वायत्तता अबाधित राखण्याचा एक मार्ग घटक राज्यांच्या स्वतंत्र सनदी सेवा स्थापन करणे हा सांगितला जातो. त्यादृष्टीने राज्य सेवांना खास महत्त्व प्राप्त झाले आहे.

ब) राज्य लोकसेवा आयोगांमार्फत निवड :

राज्य सेवेतील सेवकांची नियुक्ती संबंधित घटक राज्याचा राज्यपाल त्या राज्याच्या लोकसेवा आयोगाच्या शिफरशींवरून करतो. याचा अर्थ असा की, या सेवेतील सेवकांची भरती राज्य लोकसेवा आयोगामार्फत होते. त्याकरीता राज्य लोकसेवा आयोगाकडून स्पर्धा परीक्षांचे आयोजन केले जाते.

भारतात घटक राज्यांच्या स्वतंत्र सनदी सेवा असल्या तरी घटक राज्यांच्या नियंत्रणाखाली कार्य करणारे सर्व अधिकारी राज्य सेवांतीलच असतात असे नाही. या अगोदरच्या विवेचनात आपण पाहिल्याप्रमाणे घटक राज्यांतील उच्च आणि जबाबदारीच्या पदांवर कार्य करणारे बरेच अधिकारी अखिल भारतीय सेवांतील असतात. इतर अधिकारी, विशेषत: मध्यम व कनिष्ठ स्तरांवर कार्य करणारे अधिकारी मात्र राज्य सेवांतीलच असतात.

क) काही महत्त्वाच्या राज्य सेवा :

काही महत्त्वाच्या राज्यसेवा पुढीलप्रमाणे सांगता येतील :

१) राज्य सर्वसाधारण सेवा
२) राज्य पोलीस सेवा
३) राज्य कृषी सेवा
४) राज्य शिक्षण सेवा
५) राज्य वन सेवा
६) राज्य आरोग्य सेवा
७) राज्य वैद्यकीय सेवा
८) राज्य सहकार सेवा
९) राज्य पशुवैद्यकीय सेवा
१०) राज्य ग्रामीण विकास सेवा

➪ ३.२ केंद्रीय लोकसेवा आयोग :

भारतीय राज्यघटनेने संघराज्यासाठी 'केंद्रीय लोकसेवा आयोगा'ची (Union public service commission) (UPSC) स्थापना केली आहे.

अ) स्थापना :

सनदी सेवेत भरतीसाठी येणाऱ्या उमेदवारांची गुणवत्ता निश्चित करण्याची जबाबदारी एखाद्या स्वतंत्र व निष्पक्षपाती यंत्रणेवर सोपविण्याची आवश्यकता विचारात घेऊन भारतीय राज्यघटनेने लोकसेवा आयोगाची तरतूद केली आहे. तत्पूर्वी भारतात १९३५ च्या कायद्यान्वये सांघिक लोकसेवा आयोगाची स्थापना करण्यात आली होती. स्वातंत्र्यप्राप्तीनंतर १९५० साली सांघिक लोकसेवा आयोगाचे नाव बदलून केंद्रीय लोकसेवा आयोग हे नाव निश्चित करण्यात आले. केंद्रीय लोकसेवा आयोग भरतीच्या संदर्भातील सर्वोच्च यंत्रणा असल्यामुळे त्याची माहिती जाणून घेणे योग्य ठरेल.

ब) रचना :

केंद्रीय लोकसेवा आयोगात एक अध्यक्ष व इतर सदस्य असतात. त्यांची निवड राष्ट्रपतींकडून केली जाते. आयोगातील इतर सदस्यांची संख्या घटनेने निश्चित केलेली नाही. सर्वसाधारणपणे आयोगाच्या सदस्यांची संख्या ८ ते १० असते. आयोगातील निम्मे सदस्य हे केंद्रीय किंवा राज्य सरकारच्या नियंत्रणाखाली कमीतकमी दहा वर्षे नोकरीचा अनुभव घेतलेले असावेत. आयोगात प्रशासकीय कार्याचा प्रत्यक्ष अनुभव असलेल्या काही सदस्यांचा समावेश असावा हा या तरतुदी पाठीमागील उद्देश आहे.

क) कार्यकाल :

केंद्रीय लोकसेवा आयोग ही एक स्थायी स्वरुपाची यंत्रणा आहे. आयोगातील सदस्यांचा कार्यकाल सहा वर्षे इतका असतो. त्या दरम्यान त्यांनी वयाची ६५ वर्षे पूर्ण केल्यास त्यांना निवृत्त व्हावे लागते. तसेच आपली मुदत संपण्यापूर्वी सदस्य आपल्या पदाचा राजीनामा राष्ट्रपतींना देऊन पदत्याग करु शकतात.

ड) पदच्युती :

घटनेच्या कलम ३१७ नुसार गैरवर्तन करणाऱ्या सदस्याला राष्ट्रपती पदच्युत करु शकतो. त्यासाठी सदस्याच्या गैरवर्तनाची चौकशी सर्वोच्च न्यायालयाद्वारे केली जाते. या दरम्यान तो दोषी आढळल्यास त्यास बडतर्फ केले जाते. अयोग्य वर्तन, गुन्हेगारीचा आरोप, खासगी लाभाच्या पदाची स्वीकृती, मानसिक विकृती या कारणास्तव सदस्यास पदच्युत केले जाऊ शकते.

इ) वेतन व भत्ते :

केंद्रीय लोकसेवा आयोगाचा अध्यक्ष व सदस्य यांचे वेतन व भत्ते ठरविण्याचा अधिकार राष्ट्रपतींना असतो. संसद त्यात बदल करुन वाढ सुचवू शकते. त्यांचे वेतन व भत्ते हे भारत सरकारच्या संचित निधीतून दिले जाते.

ई) प्रतिबंध :

केंद्रीय लोकसेवा आयोगाचे अध्यक्ष व सदस्य यांच्यावर पुढीलप्रमाणे काही प्रतिबंध आहेत :

१) केंद्रीय लोकसेवा आयोगाच्या सदस्याला सेवा निवृत्तीनंतर कोणतीही शासकीय नोकरी करता येत नाही.

२) राज्य लोकसेवा आयोगाचे सदस्य किंवा अध्यक्ष सेवा निवृत्तीनंतर केंद्रीय लोकसेवा आयोगाचे सदस्य किंवा अध्यक्ष होऊ शकत नाही.

३) अध्यक्ष आणि सदस्यांची फेर नियुक्ती करता येत नाही.

फ) केंद्रीय लोकसेवा आयोगाची कार्ये :

भारतातील केंद्रीय लोकसेवा आयोग (UPSC) ही एक संवैधानिक संस्था आहे जी सनदी सेवा आणि इतर सरकारी पदांशी संबंधित भरती, नियुक्ती आणि अनुशासनात्मक बाबींशी संबंधित अनेक महत्त्वपूर्ण कार्ये करते. केंद्रीय लोकसेवा आयोगाचीप्राथमिक पुढीलप्रमाणे आहेत :

१) सनदी सेवा परीक्षा आयोजित करणे :

केंद्रीय लोकसेवा आयोगाचीच्या सर्वात महत्त्वपूर्ण कार्यांपैकी एक म्हणजे भारतीय प्रशासकीय सेवा (IAS), भारतीय पोलीस सेवा (IPS), भारतीय विदेश सेवा (IFS) आणि इतर गट अ आणि गट ब केंद्रीय सेवा यासारख्या संघाच्या विविध सनदी सेवांमध्ये भरतीसाठी परीक्षा घेणे.

२) परीक्षांद्वारे भरती :

केंद्रीय लोकसेवा आयोग विविध सरकारी पदांसाठी उमेदवारांची निवड करण्यासाठी सनदी सेवा परीक्षा, भारतीय वन सेवा परीक्षा, अभियांत्रिकी सेवा परीक्षा, संयुक्त संरक्षण सेवा परीक्षा, राष्ट्रीय संरक्षण प्रबोधिनी परीक्षा आणि नौदल अकादमी परीक्षा यासारख्या भरती परीक्षांचे आयोजन करतो.

३) नियुक्ती आणि पदोन्नती :

केंद्र सरकारमधील सनदी सेवकांच्या नियुक्ती, बदली, पदोन्नती आणि शिस्तभंगाच्या कारवाईशी संबंधित बाबींवर केंद्रीय लोकसेवा आयोग भारताच्या राष्ट्रपतींना सल्ला देतो. हे सुनिश्चित करते की मुख्य पदांवर नियुक्त्या गुणवत्तेवर आणि स्थापित नियमांनुसार केल्या जातात.

४) मुलाखती आणि व्यक्तिमत्व चाचण्या आयोजित करणे :

लिखित परीक्षांव्यतिरिक्त केंद्रीय लोकसेवा आयोग विविध सनदी सेवा पदांसाठी उमेदवारांच्या योग्यतेचे मूल्यांकन करण्यासाठी मुलाखती, व्यक्तिमत्व चाचण्या आणि मूल्यांकन करते. या मुलाखती उमेदवारांच्या बौद्धिक क्षमता, नेतृत्व गुण आणि प्रशासकीय भूमिकांसाठी योग्यतेचे मूल्यांकन करतात.

५) विशेष भरती चाचणी आयोजित करणे :

केंद्रीय लोकसेवा आयोग विशिष्ट सरकारी विभाग किंवा संस्थांसाठी त्यांच्या आवश्यकतेनुसार विशेष भरती चाचण्या किंवा मुलाखती घेतो. या चाचण्या उमेदवारांची तांत्रिक कौशल्ये, तांत्रिक कौशल्य किंवा अभियांत्रिकी, वैद्यक, कायदा किंवा व्यवस्थापन यासारख्या क्षेत्रातील विशेष ज्ञानाचे मूल्यांकन करण्यासाठी तयार केल्या जातात.

६) सरकारला सल्ला देणे :

केंद्रीय लोकसेवा आयोग कर्मचारी व्यवस्थापन, भरती धोरणे आणि प्रशासकीय सुधारणांशी संबंधित बाबींवर राष्ट्रपती आणि केंद्र सरकारला सल्ला देतो. हे सनदी सेवा आणि इतर सरकारी नियुक्त्या नियंत्रित करणारी धोरणे आणि नियम तयार करण्यात सल्लागार भूमिका बजावते.

७) निष्पक्षता आणि पारदर्शकता सुनिश्चित करणे :

केंद्रीय लोकसेवा आयोग कठोर मार्गदर्शक तत्त्वे आणि प्रक्रियांचे पालन करून भरती प्रक्रियेत निष्पक्षता, पारदर्शकता आणि निष्पक्षता सुनिश्चित करतो. हे निवड प्रक्रियेची अखंडता राखून आणि गुणवत्तेची तत्त्वे व समान संधींचे पालन करणाऱ्या पद्धतीने परीक्षा आणि मुलाखती घेते.

८) भरतीचे नियम आणि नोंदी राखणे :

केंद्रीय लोकसेवा आयोग विविध सनदी सेवा आणि सरकारी पदांसाठी भरतीचे नियम, अभ्यासक्रम आणि परीक्षा पद्धती राखते व अद्यतनित करते. हे भविष्यातील संदर्भ आणि विश्लेषणासाठी परीक्षा, मुलाखती व व्यक्तिमत्व चाचण्यांमधील उमेदवारांच्या कामगिरीची नोंद ठेवते.

९) विभागीय परीक्षा आयोजित करणे :

सनदी सेवांसाठी उमेदवारांची भरती करण्याव्यतिरिक्त, केंद्रीय लोकसेवा आयोग त्यांच्या संबंधित विभागांमध्ये पदोन्नती किंवा उच्च पदांवर बदली मिळविण्यासाठी सेवारत सरकारी कर्मचाऱ्यांसाठी विभागीय परीक्षा देखील आयोजित करते.

१०) प्रशिक्षण आणि क्षमता निर्माण करणे :

केंद्रीय लोकसेवा आयोग सनदी सेवकांचे प्रशिक्षण आणि क्षमता निर्माण सुलभ करण्यासाठी प्रशिक्षण संस्था आणि अकादमी यांच्याशी सहयोग करते. अभ्यासक्रमाला आकार देण्यामध्ये, प्रशिक्षण कार्यक्रमांची रचना करण्यात आणि नव्याने नियुक्त झालेल्या सनदी सेवकांसाठी त्यांच्या भूमिका आणि जबाबदाऱ्यांसाठी त्यांना तयार करण्यासाठी अभिमुखता अभ्यासक्रम आयोजित करण्यात ते महत्त्वपूर्ण भूमिका बजावते.

➪ ३.३ राज्य लोकसेवा आयोग :

विविध सनदी सेवा, सरकारी पदे आणि इतर महत्त्वाच्या पदांसाठी भरती परीक्षा आयोजित करण्यासाठी आणि उमेदवारांची निवड करण्यासाठी राज्य पातळीवर राज्य लोकसेवा आयोग आहेत. सरकारमध्ये प्रशासक, नोकरशहा आणि अधिकारी म्हणून काम करणाऱ्या व्यक्तींची गुणवत्तेवर आधारित निवड सुनिश्चित करण्यात हे आयोग महत्त्वपूर्ण भूमिका बजावतात. भारतीय राज्यघटनेच्या कलम ३१५ ते ३२३ मध्ये याबाबतच्या तरतुदी आहेत. भारतातील प्रत्येक राज्यात (केंद्रशासित प्रदेश वगळता) राज्य लोकसेवा आयोग हहहेत, जे विविध राज्य सरकारी सेवा आणि पदांसाठी उमेदवारांची नियुक्ती आणि निवड करण्यासाठी जबाबदार आहेत.

३.३.१ राज्य लोकसेवा आयोगाची रचना :

भारतातील राज्य लोकसेवा आयोगाची रचना विशेषत: विशिष्ट घटक आणि भूमिकांसह चांगल्या-परिभाषित रचनेचे अनुसरण करते. राज्य लोकसेवा आयोग, या राज्य सरकारांनी भरती परीक्षा आयोजित करण्यासाठी आणि विविध राज्य सरकारी सेवा आणि पदांसाठी उमेदवारांची निवड करण्यासाठी स्थापन केलेल्या घटनात्मक संस्था आहेत.

१) अध्यक्ष :

प्रत्येक राज्य लोकसेवा आयोगाचे अध्यक्ष असतात, ज्यांची नियुक्ती संबंधित राज्याच्या राज्यपालांद्वारे केली जाते. आयोगाच्या कामकाजावर देखरेख ठेवण्यासाठी, भरती प्रक्रियेची निष्पक्षता सुनिश्चित करण्यासाठी आणि आवश्यक असेल तेव्हा आयोगाचे प्रतिनिधित्व करण्यासाठी अध्यक्ष जबाबदार असतात.

२) सदस्य :

राज्य लोकसेवा आयोगामध्ये राज्याच्या विशिष्ट गरजा आणि आयोगाच्या कामाच्या भारानुसार वेगवेगळ्या सदस्यांची संख्या असते. सदस्यांची नियुक्ती देखील राज्यपाल करतात आणि त्यांच्या पात्रतेमध्ये निवृत्त सनदी सेवक, विषय तज्ज्ञ आणि सार्वजनिक प्रशासनाचा अनुभव असलेल्या व्यक्तींचा समावेश असतो. आयोगाच्या अंतर्गत निर्णय आणि धोरण तयार करण्यात सदस्य महत्त्वपूर्ण भूमिका बजावतात.

३) सचिवालय :

प्रत्येक राज्य लोकसेवा आयोगामध्ये एक समर्पित सचिवालय आहे, जे आयोगाचा प्रशासकीय कणा म्हणून काम करते. परीक्षेच्या वेळापत्रकांचे व्यवस्थापन, निकालांचे प्रकाशन आणि उमेदवारांशी संवाद यासारख्या विविध प्रशासकीय कामांसाठी सचिवालय जबाबदार असते.

४) परीक्षा विभाग :

राज्य लोकसेवा आयोग विविध परीक्षा विभागांद्वारे भरती परीक्षा आयोजित करतात, प्रत्येक राज्याच्या आवश्यकतांवर आधारित वेगवेगळ्या परीक्षांसाठी ते जबाबदार असतात. विशिष्ट विभागांमध्ये पुढील विभाग समाविष्ट आहेत :

अ) राज्य सनदी सेवा परीक्षा विभाग :

विविध राज्य सनदी सेवा पदांसाठी परीक्षा आयोजित करण्याची जबाबदारी यावर असते.

ब) राज्य पोलिस सेवा परीक्षा विभाग :

पोलिस सेवा आणि कायद्याची अंमलबजावणी संबंधित परीक्षांसाठी जबाबदार असते.

क) तांत्रिक सेवा परीक्षा विभाग :

तांत्रिक आणि अभियांत्रिकी पदांच्या भरतीशी संबंधित असतो.

ड) गैर–तांत्रिक सेवा परीक्षा विभाग :

गैर–तांत्रिक राज्य सरकारी पदांसाठी भरती हाताळतो.

५) सल्लागार संस्था :

काही प्रकरणांमध्ये राज्य लोकसेवा आयोग सल्लागार संस्था स्थापन करतात, जसे की तज्ज्ञ समित्या किंवा सल्लागार मंडळ. या संस्था परीक्षा आयोजित करणे, सेवा नियम तयार करणे आणि विशिष्ट भरती–संबंधित बाबींचे निराकरण करण्यासाठी आयोगाला मार्गदर्शन आणि सल्ला देतात.

६) विभागीय कार्यालये आणि प्रादेशिक केंद्रे :

परीक्षा प्रक्रिया सुलभ करण्यासाठी आणि परीक्षा केंद्रे प्रभावीपणे व्यवस्थापित करण्यासाठी, राज्य लोकसेवा आयोग अनेकदा राज्यात क्षेत्रीय कार्यालये किंवा प्रादेशिक केंद्रे स्थापन करतात. ही विभागीय कार्यालये उमेदवारांशी समन्वय साधण्यात, परीक्षेसाठी लागणाऱ्या साहित्यावर देखरेख ठेवण्यासाठी आणि राज्यातील विविध क्षेत्रांमधील परीक्षा केंद्रे व्यवस्थापित करण्यास मदत करतात.

७) पारदर्शकता आणि जबाबदारी :

राज्य लोकसेवा आयोगाने त्याचे कार्य पारदर्शकतेने आणि जबाबदारीने चालवणे अपेक्षित आहे. यामध्ये भरती परीक्षा निष्पक्षपणे घेतल्या जातील, निकाल वेळेवर प्रकाशित केले जातील आणि उमेदवारांशी संवाद स्पष्ट आणि पारदर्शक असेल याची खात्री करणे समाविष्ट आहे.

८) कार्यक्षमता आणि निर्णय घेणे :

राज्य लोकसेवा आयोगाचे अध्यक्ष आणि सदस्य परीक्षांचे आयोजन, उमेदवारांची निवड आणि सेवा नियम तयार करण्याबाबत महत्त्वाचे निर्णय घेण्यासाठी एकत्र काम करतात. गुणवत्तेवर आधारित सर्वाधिक पात्र उमेदवारांची निवड करण्यावर लक्ष केंद्रित करून निर्णय प्रक्रिया स्वतंत्र आणि निःपक्षपाती राहण्यासाठी तयार करण्यात आले आहे.

९) राज्य शासनातील भूमिका :

राज्य प्रशासनाची गुणवत्ता आणि परिणामकारकता राखण्यात राज्य लोकसेवा आयोग महत्त्वाची भूमिका बजावतात. विविध सरकारी पदांसाठी सर्वात योग्य उमेदवारांची निवड करून, ते सरकारी धोरणे आणि कार्यक्रमांच्या यशस्वी अंमलबजावणीसाठी योगदान देतात.

१०) देखरेख आणि मूल्यमापन :

राज्य सनदी सेवकांच्या कामगिरीवर लक्ष ठेवण्यासाठी राज्य लोकसेवा आयोग देखील भूमिका बजावतात. ते आवश्यकतेनुसार पदोन्नती, बदल्या किंवा शिस्तभंगाच्या कारवाईची शिफारस करतात. या घटनात्मक संस्था

कार्यक्षमतेने, पारदर्शकपणे आणि घटनात्मक तरतुदींचे पालन करत आहेत याची खात्री करण्यासाठी भारतातील राज्य लोकसेवा आयोगांचे निरीक्षण आणि मूल्यमापन ही आवश्यक प्रक्रिया आहे.

३.३.२ राज्य लोकसेवा आयोगाची अधिकार आणि कार्ये :

राज्य लोकसेवा आयोग ही भारतातील प्रत्येक राज्यातील घटनात्मक संस्था आहे, जी भरती परीक्षा आयोजित करण्यासाठी आणि विविध राज्य सरकारी सेवा व पदांसाठी उमेदवार निवडण्यासाठी जबाबदार आहे. राज्य लोकसेवा आयोगाची कार्ये पुढीलप्रमाणे आहेत :

१) भरती परीक्षा आयोजित करणे :

विविध राज्य सरकारी सेवांमध्ये भरतीसाठी स्पर्धात्मक परीक्षा आयोजित करण्यासाठी राज्य लोकसेवा आयोग जबाबदार असतात. या परीक्षांची रचना उमेदवारांचे ज्ञान, कौशल्ये आणि क्षमतांचे मूल्यांकन करण्यासाठी आयोगाची नेमणूक करण्यात आली आहे.

२) उमेदवार निवडणे :

राज्य लोकसेवा आयोग गुणवत्ता आणि पात्रता निकषांवर आधारित राज्य सनदी सेवा, पोलिस सेवा, प्रशासकीय पदे आणि इतर सरकारी भूमिकांसाठी उमेदवारांची निवड करतात. निवड प्रक्रिया हे सुनिश्चित करते की या पदांवर सर्वात योग्य व्यक्तींची नियुक्ती केली जाते.

३) सेवा नियम तयार करणे :

राज्य सेवांसाठी सेवा नियम तयार करण्यात राज्य लोकसेवा आयोग योगदान देतात. सेवा नियम सरकारी कर्मचाऱ्यांच्या सेवेच्या अटी आणि शर्ती परिभाषित करतात, ज्यात पदोन्नती, बदल्या आणि अनुशासनात्मक कारवाईचे निकष समाविष्ट आहेत.

४) देखरेख आणि मूल्यमापन :

राज्य सनदी सेवकांच्या कामगिरीवर लक्ष ठेवण्यासाठी राज्य लोकसेवा आयोग भूमिका बजावतात. ते राज्य प्रशासनाची कार्यक्षमता आणि परिणामकारकता राखण्यासाठी पदोन्नती, बदल्या आणि शिस्तभंगाच्या कारवाईची शिफारस करतात.

५) स्थानिक प्रशासन :

जिल्हा प्रशासन, कायदा अंमलबजावणी संस्था, सार्वजनिक आरोग्य, शिक्षण आणि इतर विभाग व सेवांसारख्या विविध राज्य-स्तरीय प्रशासकीय पदांवर काम करतील अशा उमेदवारांची निवड करण्यासाठी राज्य लोकसेवा आयोग आवश्यक आहेत.

६) सल्लागार भूमिका :

राज्य लोकसेवा आयोग राज्य शासन, प्रशासकीय कार्यक्षमता आणि स्थानिक स्वराज्य संस्थांसाठी अधिकाऱ्यांची निवड यासंबंधीच्या बाबींवर राज्य सरकारला शिफारसी आणि सल्ला देतात.

➪ ३.४ भारतातील सनदी सेवकांचे प्रशिक्षण :

भारतातील सनदी सेवकांचे प्रशिक्षण त्यांच्या कारकिर्दीच्या विविध टप्प्यांवर होते आणि ते सरकारी सेवेतील त्यांची कर्तव्ये प्रभावीपणे पार पाडण्यासाठी त्यांना आवश्यक ज्ञान, कौशल्ये आणि मूल्यांनी सुसज्ज करण्यासाठी तयार केलेले आहे. भारतातील सनदी सेवकांसाठी प्रशिक्षणाच्या टप्प्यांमध्ये पुढील बाबी समाविष्ट आहेत:

अ) भारतातील सनदी सेवकांसाठी प्रशिक्षणाचे टप्पे :

भारतातील सनदी सेवकांसाठी प्रशिक्षणाचे पुढील टप्पे आहेत :

१) सेवापूर्व प्रशिक्षण :

सेवा-पूर्व प्रशिक्षण हे सनदी सेवांमध्ये औपचारिकपणे प्रवेश करण्यापूर्वी व्यक्तींना दिले जाणारे प्रारंभिक प्रशिक्षण आहे. भारतीय प्रशासकीय सेवा (IAS), भारतीय पोलीस सेवा (IPS) आणि इतर केंद्रीय आणि राज्य-स्तरीय सेवा यासारख्या विविध सनदी सेवांमध्ये सामील होण्यासाठी संघ लोकसेवा आयोग (UPSC) किंवा राज्य लोकसेवा आयोग (SPSC) द्वारे घेण्यात आलेल्या स्पर्धा परीक्षा यशस्वीपणे उत्तीर्ण झालेल्या उमेदवारांसाठी हा एक आवश्यक घटक आहे. सेवापूर्व प्रशिक्षणाचे मुख्य घटक पुढीलप्रमाणे आहेत :

i) पायाभूत अभ्यासक्रम :

उमेदवार पायाभूत अभ्यासक्रम शिकतात जे त्यांना सार्वजनिक प्रशासन, शासन आणि नीतिमत्तेची तत्त्वे व पद्धतींची ओळख करून देतात. हा अभ्यासक्रम त्यांना सनदी सेवक म्हणून त्यांच्या भूमिकेसाठी तयार करण्यासाठी एक अभिमुखता कार्यक्रम म्हणून काम करतो.

ii) प्रेरणा प्रशिक्षण :

पायाभूत अभ्यासक्रमानंतर, अधिकारी त्यांच्या संबंधित सेवांसाठी विशिष्ट प्रेरणा प्रशिक्षण घेतात. उदाहरणार्थ, खड अधिकारी मसुरी येथील लाल बहादूर शास्त्री राष्ट्रीय प्रशासन अकादमी (LBSNAA) मध्ये उपस्थित असतात, तर खझड अधिकारी हैदराबादमधील सरदार वल्लभभाई पटेल राष्ट्रीय पोलिस अकादमी (SVPNPA) मध्ये प्रशिक्षण घेतात.

iii) क्षेत्रीय प्रशिक्षण :

सेवापूर्व प्रशिक्षणामध्ये क्षेत्रीय संलग्नकांचाही समावेश असतो जेथे अधिकारी विविध सरकारी विभाग किंवा जिल्ह्यांमध्ये काम करून व्यावहारिक अनुभव मिळवतात.

२) सेवांतर्गत प्रशिक्षण :

सेवांतर्गत प्रशिक्षण हे सनदी सेवकांच्या कारकिर्दी दरम्यान त्यांची कौशल्ये, ज्ञान आणि क्षमता सुधारण्यासाठी तयार केलेले आहे. त्यांच्या सतत व्यावसायिक विकासात ते महत्त्वाची भूमिका बजावते. सेवांतर्गत प्रशिक्षणासाठी जबाबदार असलेली प्राथमिक संस्था म्हणजे सु-शासनासाठी राष्ट्रीय केंद्र (NCGG) होय जे पूर्वी राष्ट्रीय प्रशासकीय संशोधन संस्था (NIR) म्हणून ओळखले जात होते. सु-शासनासाठी राष्ट्रीय केंद्र हे विविध प्रशिक्षण कार्यक्रम, कार्यशाळा, सेमिनार आणि मध्यवर्ती सनदी सेवकांसाठी उजळणी पाठ्यक्रम आयोजित करते. सेवांतर्गत प्रशिक्षणामध्ये नेतृत्व विकास, सार्वजनिक धोरण, व्यवस्थापन, नैतिकता आणि शासनाच्या बदलत्या गरजांशी संबंधित इतर विशेष क्षेत्रांसारख्या विविध विषयांचा समावेश होतो.

३) विभागीय प्रशिक्षण :

प्रत्येक सरकारी विभाग किंवा मंत्रालयाचे स्वतःचे प्रशिक्षण कार्यक्रम त्यांच्या कर्मचाऱ्यांच्या विशिष्ट गरजांनुसार तयार केलेले असतात. हे कार्यक्रम सहसा विभाग-विशिष्ट कौशल्ये आणि ज्ञान वाढविण्यासाठी तयार केलेले असतात. उदाहरणार्थ, भारतीय पोलीस सेवांकडे (IPS) हैदराबादमध्ये राष्ट्रीय पोलीस अकादमी (NPA) आहे, जी पोलीस अधिकाऱ्यांना प्रगत प्रशिक्षण देते. त्याचप्रमाणे, भारतीय महसूल सेवांकडे (IRS) कर आकारणी आणि सीमाशुल्क क्षेत्रात आपल्या अधिकाऱ्यांना प्रशिक्षण देण्यासाठी राष्ट्रीय सीमाशुल्क, अप्रत्यक्ष कर आणि नार्कोटिक्स (NACIN) अकादमी आहे. हे विभागीय प्रशिक्षण कार्यक्रम, सुनिश्चित करतात की अधिकारी त्यांच्या संबंधित विभागातील विशिष्ट कार्ये आणि जबाबदाऱ्यांमध्ये पारंगत आहेत.

४) राज्य आणि स्थानिक प्रशासनासाठी प्रशिक्षण :

भारतातील राज्य सरकारांच्या स्वतःच्या प्रशिक्षण संस्था आणि अकादमी आहेत ज्या राज्य व स्थानिक स्तरावर सनदी सेवकांना प्रशिक्षण देतात. प्रशासकीय प्रशिक्षण संस्था (ATIs) आणि राज्य सार्वजनिक प्रशासन तसेच ग्रामीण विकास संस्था (SIPARDs) ही राज्यस्तरीय प्रशिक्षण संस्थांची उदाहरणे आहेत. ते राज्य-विशिष्ट धोरणे, स्थानिक प्रशासन, ग्रामीण विकास आणि राज्य प्रशासनाशी संबंधित इतर क्षेत्रांबाबत अभ्यासक्रम देतात. हे प्रशिक्षण कार्यक्रम राज्य आणि स्थानिक प्रशासकांना तळागाळात सरकारी धोरणे आणि कार्यक्रम प्रभावीपणे अंमलात आणण्यास मदत करतात.

ब) भारतातील सनदी सेवक प्रशिक्षणाचे महत्त्व :

भारतामध्ये अनेक कारणांमुळे सनदी सेवक प्रशिक्षणाला महत्त्व आहे, प्रत्येक प्रशासकीय यंत्रणेच्या परिणामकारकतेत आणि कार्यक्षमतेमध्ये ते योगदान देते :

१) क्षमता निर्मिती :

सरकारी अधिकाऱ्यांची कौशल्ये, ज्ञान आणि क्षमता वाढवणे तसेच त्यांना त्यांची भूमिका प्रभावीपणे पार पाडण्यासाठी आवश्यक क्षमतांनी सुसज्ज करणे हे सनदी सेवक प्रशिक्षण कार्यक्रमांचे उद्दिष्ट आहे. प्रशिक्षणाद्वारे, सनदी सेवकांना जटिल प्रशासकीय कार्ये हाताळण्यासाठी, माहितीपूर्ण निर्णय घेण्यासाठी आणि सरकारी धोरणांची कार्यक्षमतेने अंमलबजावणी करण्यासाठी आवश्यक साधने आणि तंत्रे प्रदान केली जातात.

२) व्यावसायिक विकास :

प्रशिक्षण कार्यक्रम सनदी सेवकांसाठी व्यावसायिक विकास आणि कारकीर्द प्रगतीसाठी संधी देतात. नवीन कौशल्ये आत्मसात करून, उदयोन्मुख प्रवाह आणि सर्वोत्तम पद्धतींबद्दल अद्यतनित राहून आणि समवयस्क व तज्ज्ञांशी नेटवर्किंग करून, सरकारी अधिकारी त्यांच्या कारकिर्दीच्या संधी वाढवतात आणि राष्ट्राच्या विकासासाठी अधिक प्रभावीपणे योगदान देतात.

३) धोरण अंमलबजावणी :

सरकारी धोरणे आणि कार्यक्रमांची यशस्वी अंमलबजावणी सुनिश्चित करण्यासाठी सनदी सेवक प्रशिक्षण महत्त्वपूर्ण भूमिका बजावते. प्रशिक्षण कार्यक्रम अधिकाऱ्यांना धोरण तयार करणे, अंमलबजावणी आणि मूल्यमापनाची गुंतागुंत समजून घेण्यास मदत करतात. ज्यामुळे धोरणात्मक उद्दिष्टे ही तळागाळातील कृतीयोग्य योजना आणि उपक्रमांमध्ये भाषांतरित करण्यासाठी ते सक्षम होतात.

४) सुशासन :

प्रशिक्षण कार्यक्रम पारदर्शकता, उत्तरदायित्व आणि सचोटीसारख्या सुशासनाच्या तत्त्वांवर भर देतात. सनदी सेवकांमध्ये ही मूल्ये आणि नैतिकता प्रस्थापित करून, सार्वजनिक सेवा कार्यक्षमतेने आणि नैतिकरित्या वितरित करण्यास सक्षम व्यावसायिक आणि नैतिक प्रशासकीय श्रेणी तयार करण्यात प्रशिक्षण योगदान देते.

५) बदलाशी जुळवून घेणे :

वेगाने विकसित होत असलेल्या सामाजिक-आर्थिक आणि तांत्रिक परिदृश्यामध्ये, सनदी सेवक प्रशिक्षण अधिकाऱ्यांना बदलांशी जुळवून घेण्यास आणि नवीन घडामोडींच्या जवळ राहण्यास मदत करते. प्रशिक्षण कार्यक्रम लवचिकता निर्माण करण्यावर, नवोपक्रमाला चालना देण्यावर आणि सनदी सेवकांमध्ये अनुकूल नेतृत्व कौशल्यांना प्रोत्साहन देण्यावर भर देतात ज्यामुळे उदयोन्मुख आव्हानांना प्रभावीपणे सामोरे जावे लागते.

६) नागरिक-केंद्रित सेवा वितरण :

सनदी सेवक प्रशिक्षण नागरिक-केंद्रित सेवा वितरण आणि सार्वजनिक सहभागाच्या महत्त्वावर भर देते. अधिकाऱ्यांना नागरिकांच्या गरजा आणि अपेक्षांबद्दल संवेदनशील करून, प्रशिक्षण कार्यक्रम सनदी सेवकांना

दर्जेदार सार्वजनिक सेवा देण्यासाठी, तक्रारींचे त्वरित निराकरण करण्यासाठी आणि सरकारी संस्थांवर अधिक सार्वजनिक विश्वास वाढवण्यासाठी सक्षम करतात.

७) संघर्ष निराकरण आणि संकट व्यवस्थापन :

प्रशिक्षण सनदी सेवकांना संघर्ष, संकटे आणि आपत्कालीन परिस्थिती प्रभावीपणे हाताळण्यासाठी आवश्यक कौशल्ये आणि ज्ञानाने सुसज्ज करते. संकट व्यवस्थापन तंत्र, संप्रेषण कौशल्ये आणि निर्णय घेण्याची क्षमता प्रदान करून, प्रशिक्षण कार्यक्रम अधिकाऱ्यांना अनपेक्षित आव्हाने आणि आपत्कालीन परिस्थितींना जलद आणि निर्णायकपणे प्रतिसाद देण्यास सक्षम करतात.

८) कार्यक्षम संसाधन व्यवस्थापन :

विकासात्मक उद्दिष्टे साध्य करण्यासाठी आणि सार्वजनिक सेवा कार्यक्षमतेने देण्यासाठी संसाधनांचा प्रभावी वापर करणे आवश्यक आहे. सनदी सेवक प्रशिक्षण अधिका-यांची अर्थसंकल्प, आर्थिक व्यवस्थापन आणि संसाधन वाटप प्रक्रियेची समज वाढवण्यावर लक्ष केंद्रित करते, ज्यामुळे त्यांना संसाधनांचा वापर इष्टतम करण्यासाठी जास्तीत-जास्त प्रभाव पाडता येतो.

९) गुणवत्तेचा प्रचार :

प्रशिक्षण कार्यक्रम गुणवत्तेवर आधारित कौशल्य विकास आणि कारकीर्द प्रगतीसाठी समान संधी प्रदान करून गुणवत्तेला प्रोत्साहन देतात. निष्पक्ष आणि पारदर्शक प्रशिक्षण संधी देऊन सरकार सनदी सेवेमध्ये गुणवत्तेची संस्कृती वाढवते, अधिकाऱ्यांमध्ये उत्कृष्टता आणि व्यावसायिकतेला प्रोत्साहन देते.

१०) आंतरराष्ट्रीय सहयोग आणि सहकार्य :

सनदी सेवक प्रशिक्षण इतर देश आणि आंतरराष्ट्रीय संस्थांसोबत ज्ञानाची देवाणघेवाण, सर्वोत्तम सराव सामायिकरण आणि क्षमता निर्माण करण्यासाठी व्यासपीठ प्रदान करून आंतरराष्ट्रीय सहयोग आणि सहकार्य सुलभ करते. प्रशिक्षण कार्यक्रम आणि कार्यशाळांमध्ये भाग घेऊन सनदी सेवक जागतिक अनुभवांमधून शिकू शकतात आणि यशस्वी पद्धती भारतीय संदर्भाशी जुळवून घेऊ शकतात.

➪ ३.५ भारतातील सनदी सेवकांची क्षमता वाढवणे :

भारतातील सनदी सेवकांची क्षमता निर्मिती ही एक बहुआयामी आणि चिकित्सक प्रक्रिया आहे; ज्यामध्ये सरकारी अधिकाऱ्यांचे ज्ञान, कौशल्ये, क्षमता आणि एकूण क्षमता वाढवण्याच्या उद्देशाने विविध कार्यक्रम आणि उपक्रमांचा समावेश आहे. प्रभावी प्रशासन आणि विशाल लोकसंख्येपर्यंत सार्वजनिक सेवांचे वितरण सुनिश्चित करण्यात ते महत्त्वपूर्ण भूमिका बजावते. त्यामुळे क्षमता निर्मितीची संकल्पना, तिचे महत्त्व, त्यासाठी वापरल्या जाणाऱ्या पद्धती, आव्हाने आणि भारतातील प्रशासनावर त्याचा होणारा परिणाम याचा सखोल अभ्यास करणे आवश्यक आहे.

अ) क्षमता निर्मितीची संकल्पना :

क्षमता निर्मिती म्हणजे व्यक्ती, संस्था आणि प्रणाली यांची कार्ये प्रभावीपणे पार पाडण्यासाठी, समस्यांचे निराकरण करण्यासाठी आणि त्यांची उद्दिष्टे साध्य करण्यासाठी त्यांच्या क्षमता आणि संसाधने मजबूत करण्याची प्रक्रिया होय. भारतातील सनदी सेवकांच्या संदर्भात, क्षमता निर्मितीमध्ये त्यांची भूमिका अधिक प्रभावीपणे पार पाडण्यासाठी त्यांना सक्षम करण्यासाठी शिक्षण, प्रशिक्षण, मार्गदर्शन आणि कौशल्य विकासाच्या इतर प्रकारांद्वारे त्यांची क्षमता वाढवणे समाविष्ट आहे.

ब) क्षमता निर्मितीचे महत्त्व :

क्षमता निर्मितीचे महत्त्व खालील मुद्यांद्वारे स्पष्ट करता येईल :

१) प्रभावी धोरण अंमलबजावणी :

सरकारी धोरणे आणि कार्यक्रम प्रभावीपणे अंमलात आणण्यासाठी क्षमता निर्मिती सनदी सेवकांना आवश्यक ज्ञान आणि कौशल्ये याद्वारे सुसज्ज करते. धोरणात्मक हेतूंचे नागरिकांच्या फायद्यासाठी ठोस कृतींमध्ये रूपांतर करण्यासाठी हे महत्त्वपूर्ण आहे. चांगले प्रशिक्षित सनदी सेवक इच्छित परिणाम साध्य करण्यासाठी धोरणे आखण्यात, अंमलात आणण्यात आणि देखरेख करण्यात अधिक पारंगत असतात.

२) नावीन्य आणि अनुकूलन :

क्षमता निर्मिती करणे नाविन्यपूर्ण विचार आणि समस्या सोडवण्यास प्रोत्साहन देते. हे सनदी सेवकांना बदलत्या गरजांशी जुळवून घेण्यास, उदयोन्मुख तंत्रज्ञानाचा अवलंब करण्यास आणि जटिल आव्हानांवर सर्जनशील उपाय शोधण्यास मदत करते. तंत्रज्ञान आणि सामाजिक गरजांच्या जलद उत्क्रांतीसह, सरकारी अधिकाऱ्यांसाठी संबंधित आणि प्रभावी राहण्यासाठी नवकल्पना करण्याची क्षमता महत्त्वपूर्ण आहे.

३) वर्धित सेवा वितरण :

सार्वजनिक सेवा कार्यक्षमतेने आणि पारदर्शकपणे देण्यासाठी एक प्रशिक्षित आणि सक्षम सनदी सेवा अधिक सुसज्ज आहे. क्षमता वाढल्याने सेवांची गुणवत्ता आणि सुलभता सुधारते. आरोग्यसेवा, शिक्षण आणि सार्वजनिक उपयोगिता यासारख्या विविध क्षेत्रातील नागरिकांना फायदा होतो. यामुळे नागरिकांचे समाधान आणि सरकारवरील विश्वास वाढतो.

४) संघर्ष निराकरण :

क्षमता निर्मिती कार्यक्रमांमध्ये सहसा संघर्ष निराकरण आणि संकट व्यवस्थापन प्रशिक्षण समाविष्ट असते. सनदी सेवक आपत्कालीन परिस्थिती, नैसर्गिक आपत्ती आणि इतर अनपेक्षित परिस्थितींना लवचिकतेने व कार्यक्षमतेने हाताळण्यास शिकतात. संकटे प्रभावीपणे व्यवस्थापित करण्याची त्यांची क्षमता सार्वजनिक सुरक्षा आणि कल्याणासाठी योगदान देते.

५) नागरिक सहभाग :

क्षमता निर्मिती हे प्रशासनासाठी नागरिक-केंद्रित दृष्टिकोनाला प्रोत्साहन देते. सनदी सेवक नागरिकांशी संवाद साधण्यास शिकतात, त्यांच्या गरजा समजून घेतात आणि उत्तरदायी सेवा प्रदान करतात. नागरिकांशी गुंतून राहणे हे सुनिश्चित करते की सरकारी धोरणे आणि सेवा लोकांच्या विशिष्ट गरजा व अपेक्षा पूर्ण करण्यासाठी तयार केल्या आहेत, ज्यामुळे नागरिकांचे समाधान उच्च पातळीवर होते.

६) आंतर-यंत्रणा सहकार्य :

क्षमता निर्मिती आंतर-यंत्रणा सहयोग आणि सहकार्याला प्रोत्साहन देते. सामान्य उद्दिष्टे साध्य करण्यासाठी अनेक सरकारी विभाग आणि यंत्रणा एकत्रितपणे काम करत असल्यामुळे प्रशासनामध्ये सहसा विविध सरकारी संस्थांमध्ये समन्वयाचे महत्त्व ओळखण्यासाठी सनदी सेवकांना प्रशिक्षित केले जाते. हे अधिक समग्र आणि एकात्मिक शासनाकडे नेते, प्रयत्नांची दुप्पट टाळते आणि समन्वयाला प्रोत्साहन देते.

७) नेतृत्व विकास :

नेतृत्व कौशल्ये ही क्षमता निर्माण करण्याचा एक महत्त्वाचा घटक आहे. नेतृत्व कार्यक्रम सनदी सेवकांना त्यांच्या विभाग आणि संस्थांमध्ये नेतृत्वाची भूमिका स्वीकारण्यासाठी तयार करतात. नेतृत्व कौशल्ये जसे की, निर्णय घेणे, धोरणात्मक नियोजन आणि प्रभावी संप्रेषण हे सरकारी कामकाजाचे मार्गदर्शन करण्यासाठी आणि सकारात्मक बदल घडवून आणण्यासाठी महत्त्वपूर्ण आहेत.

८) नैतिक आचरण :

क्षमता निर्मिती सार्वजनिक सेवेतील नैतिक मूल्ये आणि अखंडता मजबूत करते. सनदी सेवकांना पारदर्शकता, निष्पक्षता आणि उत्तरदायित्व सुनिश्चित करून उच्च नैतिक मानकांचे पालन करण्यास शिकवले जाते. सार्वजनिक विश्वास टिकवून ठेवण्यासाठी आणि सरकारी कृती न्याय आणि निष्पक्षतेच्या तत्त्वांद्वारे निर्देशित केल्या जातील याची खात्री करण्यासाठी नैतिक आचरण आवश्यक आहे.

क) क्षमता निर्मितीच्या पद्धती :

क्षमता निर्मितीच्या पद्धती खालीलप्रमाणे आहेत :

१) प्रशिक्षण कार्यक्रम :

प्रशिक्षण ही क्षमता निर्मितीची मूलभूत पद्धत आहे. सनदी सेवक विविध प्रशिक्षण कार्यक्रमांमध्ये सहभागी होतात ज्यात सार्वजनिक प्रशासन, सार्वजनिक धोरण, व्यवस्थापन, नेतृत्व आणि उदयोन्मुख तंत्रज्ञान यासारख्या विषयांचा समावेश होतो. हे कार्यक्रम सनदी सेवकांच्या कारकिर्दीच्या विविध टप्प्यांवर आयोजित केले जाऊ शकतात, ज्यात सेवा-पूर्व, सेवा आणि विभागीय प्रशिक्षण यांचा समावेश आहे. प्रशिक्षण कार्यक्रम अनेकदा लाल बहादूर शास्त्री राष्ट्रीय प्रशासन अकादमी (LBSNAA), सरदार वल्लभभाई पटेल राष्ट्रीयपोलिस अकादमी (SVPNPA) आणि विविध राज्य-स्तरीय प्रशासकीय प्रशिक्षण संस्थांसारख्या संस्थांद्वारे आयोजित केले जातात.

२) कार्यशाळा आणि परिसंवाद :

कार्यशाळा आणि परिसंवाद सनदी सेवकांना विशिष्ट विषयांवर किंवा आव्हानांचा सखोल अभ्यास करण्याची संधी देतात. ते संवादात्मक शिक्षण, ज्ञानाची देवाणघेवाण आणि संकल्पनांचे व्यावहारिक उपयोग सुलभ करतात. कार्यशाळा आणि परिसंवाद सहसा आपत्ती व्यवस्थापन, सार्वजनिक वित्त किंवा सायबर सुरक्षा यासारख्या विशिष्ट क्षेत्रांवर लक्ष केंद्रित करतात.

३) ई-लर्निंग आणि ऑनलाइन संसाधने :

तंत्रज्ञानातील प्रगतीमुळे क्षमता निर्मितीसाठी ई-लर्निंग प्लॅटफॉर्म आणि ऑनलाइन संसाधने अधिक लोकप्रिय होत आहेत. सनदी सेवकांना त्यांचे ज्ञान आणि कौशल्ये वाढवण्यासाठी ते लवचिकता, प्रवेशयोग्यता आणि साहित्याची विस्तृत श्रेणी प्रदान करतात. ऑनलाइन संसाधने स्वयं-गती शिकण्याच्या संधी प्रदान करतात आणि सहसा वेबिनार, व्हिडिओ ट्यूटोरियल व परस्परसंवादी प्रारूपे समाविष्ट करतात.

४) अभ्यास दौरे आणि अन्वेषण भेटी :

अभ्यास दौरे आणि अन्वेषण भेटी सनदी सेवकांना विविध प्रदेश किंवा राज्यांमधील कार्यक्रम, धोरणे किंवा प्रकल्पांच्या अंमलबजावणीचे निरीक्षण करून व्यावहारिक अनुभव मिळविण्यास सक्षम करतात. या भेटी मौल्यवान माहिती आणि सर्वोत्तम पद्धती, तसेच आंतर-सांस्कृतिक शिक्षण आणि आंतरराष्ट्रीय अन्वेषणाच्या संधी प्रदान करतात.

५) कामावर असताना प्रशिक्षण :

प्रत्यक्ष कार्य करून शिकणे ही क्षमता निर्माण करण्याची प्रभावी पद्धत आहे. सनदी सेवकांना बऱ्याचदा कामावर असताना प्रशिक्षण दिले जाते, जेथे ते वास्तविक कामाच्या क्षेत्रामध्ये त्यांची कौशल्ये लागू करतात आणि वास्तविक जबाबदाऱ्या हाताळून अनुभव मिळवतात. या व्यावहारिक अनुभवामुळे त्यांची भूमिका प्रभावीपणे पार पाडण्याची क्षमता आणि आत्मविश्वास वाढतो.

६) मार्गदर्शन आणि प्रशिक्षण :

अनुभवी वरिष्ठ सनदी सेवक किंवा विषयतज्ज्ञ कनिष्ठ किंवा कमी-अनुभवी अधिकाऱ्यांना मार्गदर्शन आणि प्रशिक्षण देतात. हे एकाहून अधिक मार्गदर्शन क्षमता आणि आत्मविश्वास निर्माण करण्यास मदत करते, तसेच सर्वोत्तम पद्धती आणि कारकिर्दीच्या विकासासाठी माहिती प्रदान करते.

७) सहयोगी प्रकल्प :

इतर सरकारी विभाग, संस्था किंवा आंतरराष्ट्रीय यंत्रणांसारख्या सहयोगी प्रकल्पांमध्ये गुंतल्याने सनदी सेवकांना नवीन कल्पना, दृष्टीकोन आणि सर्वोत्तम पद्धतींचा परिचय होतो. सहयोग आंतर-कार्यात्मक अध्ययनास प्रोत्साहन देतो आणि अधिका-यांना विविध भागधारकांमधील सहकार्याची आवश्यकता असलेल्या बहु-अनुशासनात्मक प्रकल्पांवर काम करण्यास चालना देतो.

८) सार्वजनिक-खाजगी भागीदारी :

खाजगी क्षेत्रासोबतचे सहकार्य सनदी सेवकांना उद्योग पद्धती, कार्यक्षमतेचे प्रारूप आणि सरकारी कामकाजात लागू करता येणारे नाविन्यपूर्ण तंत्रज्ञान याविषयी माहिती प्रदान करते. सार्वजनिक-खाजगी भागीदारीमुळे आरोग्यसेवा, पायाभूत सुविधा आणि तंत्रज्ञान यासारख्या विविध क्षेत्रांमध्ये अधिक कार्यक्षम आणि किफायतशीर उपायांचा अवलंब होतो.

ड) क्षमता निर्मितीतील आव्हाने :

क्षमता निर्मितीमध्ये पुढील आव्हाने आहेत :

१) संसाधन मर्यादा :

मर्यादित संसाधने ही निधी आणि प्रशिक्षित कर्मचाऱ्यांच्या दृष्टीने प्रभावी क्षमता निर्माण उपक्रमांना आव्हान देतात. प्रशिक्षण कार्यक्रम तयार करण्यासाठी आणि टिकवून ठेवण्यासाठी, ई-लर्निंग प्लॅटफॉर्म विकसित करण्यासाठी आणि प्रशिक्षण सामग्री प्रदान करण्यासाठी पुरेशी गुंतवणूक आवश्यक असते.

२) कालबाह्य अभ्यासक्रम :

समकालीन आव्हानांना तोंड देण्यासाठी सरकारी प्रशिक्षण कार्यक्रम सतत विकसित होणे आवश्यक आहे. कालबाह्य अभ्यासक्रम आणि प्रशिक्षण सामग्री क्षमता वृद्धी प्रयत्नांच्या प्रासंगिकतेस अडथळा आणतात. सध्याच्या प्रशासनातील प्राधान्यक्रम आणि उदयोन्मुख तंत्रज्ञान यांच्याशी प्रशिक्षणाला संरेखित करण्यासाठी नियमित अभ्यासक्रम अद्यतने आवश्यक आहेत.

३) नोकरशाही जडत्व :

नोकरशाहीतील बदलाचा प्रतिकार करण्याचा दृष्टीकोन हा एक महत्त्वाचा अडथळा ठरतो. पारंपारिक पद्धतींची सवय असलेले सनदी सेवक नवीन पध्दती, तंत्रज्ञान किंवा नाविन्यपूर्ण कल्पना स्वीकारण्यास नाखूष असतात. नोकरशाहीच्या जडत्वावर मात करण्यासाठी सशक्त नेतृत्व आणि मुक्त विचारसरणी व नवनिर्मितीला प्रोत्साहन देणारी संस्कृती आवश्यक आहे.

४) सर्वसमावेशकता :

क्षमता निर्मिती कार्यक्रम स्थान, स्तर किंवा पार्श्वभूमी याचा विचार न करता सर्व सनदी सेवकांपर्यंत पोहोचतील याची खात्री करणे हे एक आव्हान आहे. सर्वसमावेशकता कुशल अधिकाऱ्यांचा सर्वांगीण आणि वैविध्यपूर्ण पूल तयार करण्यासाठी अत्यावश्यक आहे. या आव्हानाला सामोरे जाण्यासाठी तळागाळातील आणि दुर्गम भागात काम करणाऱ्या अधिकाऱ्यांना प्रशिक्षणाच्या संधी उपलब्ध करून देणे समाविष्ट आहे.

५) प्रभाव मूल्यांकन :

क्षमता निर्माण कार्यक्रमांच्या प्रभावाचे मूल्यांकन करणे हे एक जटिल काम आहे. प्रशिक्षण प्रयत्नांच्या परिणाम कारकतेचे मूल्यांकन करण्यासाठी मोजता येण्याजोगे परिणाम आणि प्रमुख कामगिरी निर्देशक स्थापित केले पाहिजेत. क्षमता वाढवण्याचे उपक्रम त्यांचे अपेक्षित उद्दिष्ट साध्य करत आहेत की नाही हे निर्धारित करण्यासाठी मजबूत देखरेख आणि मूल्यमापन यंत्रणा आवश्यक आहे.

इ) प्रशासनावरील परिणाम :

क्षमता निर्मितीचा भारतातील प्रशासनावर खोलवर परिणाम होतो :

१) सुधारित सार्वजनिक सेवा वितरण :

सुप्रशिक्षित सनदी सेवक सार्वजनिक सेवा प्रदान करण्यात अधिक कार्यक्षम असतात. त्यांना प्रतिसाद, सुलभता आणि नागरिकांना पुरविल्या जाणाऱ्या सेवांच्या गुणवत्तेचे महत्त्व समजते, ज्यामुळे सुधारित सेवा वितरण होते. यामुळे नागरिकांचे समाधान आणि सरकारी संस्थांवरील त्यांचा विश्वास वाढतो.

२) नाविन्यपूर्ण धोरण :

क्षमता निर्मिती सनदी सेवकांना संशोधन आणि नवकल्पना यामध्ये गुंतण्यासाठी प्रोत्साहित करते. यामुळे सर्वोत्तम पद्धतींचा विकास होतो, पुराव्यावर आधारित धोरण तयार होते आणि प्रशासनात नवीन तंत्रज्ञानाचा अवलंब होतो. नाविन्यपूर्ण धोरणाचा परिणाम अधिक प्रभावी आणि प्रतिसादात्मक सरकारी कार्यक्रमांमध्ये होतो.

३) प्रभावी संकट व्यवस्थापन :

क्षमता निर्मितीद्वारे आत्मसात केलेली कौशल्ये सनदी सेवकांना संकटे आणि आपत्कालीन परिस्थितींना प्रभावीपणे प्रतिसाद देण्यास सक्षम करतात, नागरिकांची सुरक्षितता आणि कल्याण सुनिश्चित करतात. नैसर्गिक आपत्ती, आरोग्य आणीबाणी आणि इतर अनपेक्षित घटनांना प्रवण असलेल्या देशात, संकटे प्रभावीपणे व्यवस्थापित करण्याची क्षमता आवश्यक आहे.

४) आंतर–यंत्रणा सहयोग :

क्षमता निर्मितीआंतर–यंत्रणा सहकार्याला चालना देते, परिणामी जटिल समस्या आणि आव्हाने हाताळण्यासाठी अधिक एकसंध व एकात्मिक सरकारी दृष्टीकोन निर्माण होतो. आंतर–विभागीय सहयोग प्रयत्नांची वारंवारता टाळते आणि सरकारी उपक्रमांमध्ये समन्वयाला प्रोत्साहन देते.

५) नैतिक आचरण आणि जबाबदारी :

प्रशिक्षणामुळे सार्वजनिक सेवेतील नैतिक मूल्ये आणि सचोटी मजबूत होते. सनदी सेवक नैतिकतेने वागण्याची आणि त्यांच्या कृती व निर्णयांसाठी जबाबदार असण्याची अधिक शक्यता असते, ज्यामुळे पारदर्शकता आणि सरकारवरील विश्वास वाढतो. नैतिक आचरण आणि जबाबदारीची संस्कृती सुशासनाला हातभार लावते.

६) नागरिकांचा सहभाग :

क्षमता निर्मितीद्वारे प्रशासनासाठी नागरिक–केंद्रित दृष्टिकोनावर भर दिला जातो. सनदी सेवक नागरिकांशी संवाद साधण्यास शिकतात, त्यांच्या गरजा समजून घेतात आणि उत्तरदायी सेवा प्रदान करतात. नागरिकांशी गुंतून राहणे हे सुनिश्चित करते की सरकारी धोरणे आणि सेवा लोकांच्या विशिष्ट गरजा व अपेक्षा पूर्ण करण्यासाठी तयार केल्या आहेत. ज्यामुळे नागरिकांचे समाधान आणि प्रशासनातील त्यांचा सहभाग उच्च पातळीवर पोहचतो.

➪ ३.६ सनदी सेवा सुधारणा :

प्रशासनातील दोष दूर करण्यासाठी स्वातंत्र्यपूर्व व स्वातंत्र्योत्तर अशा दोन्ही काळात प्रयत्न केले गेले. इंग्रज सरकारने देखील प्रशासनात सुधारणा घडवून आणण्याच्या संदर्भात काही समित्या व आयोग यांची नियुक्ती केली होती. त्याचप्रमाणे इ.स. १९६४ मध्ये प्रशासकीय सुधारणा विभागाची निर्मिती भारत सरकारने केली व या विभागाच्या शिफारशीनुसार काही सुधारणा करण्यात आल्या.

अ) प्रशासकीय कार्यालयांची निर्मिती :

रिचर्ड टॉटिनहॅम यांनी आपल्या अहवालात प्रशासकीय कार्यालयांची निर्मिती करण्यात यावी अशी शिफारस केली होती. त्यानुसार वेगवेगळ्या स्तरावर प्रशासकीय कार्यालयांची निर्मिती करण्यात आली. सर्व अधिकारी, कर्मचारी यांच्यात वेगवेगळ्या कामांची व विभागांची वाटणी करण्यात आली.

ब) सचिवालय पुनर्संघटन समिती :

स्वातंत्र्यप्राप्तीच्या सुमारास सरकारने गिरीजाशंकर वाजपेयी यांच्या अध्यक्षतेखाली सचिवालय पुनर्संघटना समितीची नियुक्ती केली. या समितीने भारत सरकारच्या वेगवेगळ्या विभागांच्या कार्याचे परीक्षण करून आपला अहवाल सरकारला सादर केला.

क) शासकीय यंत्रणा पुनर्संघटन अहवाल :

शासन यंत्रणेचे पुनर्संघटन करणे गरजेचे आहे हे ओळखून शासन यंत्रणेचे पुनर्संघटन करण्यासाठी इ.स. १९४९ मध्ये केंद्र सरकारने एन. गोपालस्वामी अय्यगांर यांच्या अध्यक्षतेखाली समिती नेमली या समितीच्या अहवालानुसार सेवक प्रशासनात सुधारणा करण्यात आली. त्याचबरोबर सरकारच्या कारभार करण्याच्या पद्धतीत सुधारणा करण्यात आली.

ड) विशेष पुनर्संघटन घटक :

प्रशासकीय सुधारणा करण्याच्या दृष्टीने केंद्रसरकारने इ.स. १९५२ मध्ये विशेष पुनर्संघटन घटक या नावाच्या एका गटाची स्थापना केली. सार्वजनिक खर्चात काटकसर करण्याच्या उद्देशाने अर्थ मंत्रालय आणि गृहमंत्रालय या दोन मंत्रालयातील एक-एक अधिकाऱ्यांच्या गटाची नियुक्ती करण्यात आली होती. त्याचप्रमाणे निरनिराळ्या सेवकविषयक गरजांचे पुनर्परीक्षण करण्याचे काम त्यांच्यावर सोपविण्यात आले. अधिकाऱ्यांच्या या गटाला विशेष पुनर्संघटन घटक म्हणून ओळखले जाऊ लागले.

इ) केंद्रीय संघटना आणि पद्धती विभागाची निर्मिती :

केंद्रीय संघटना आणि पद्धती विभागाचे संचालक, निरनिराळ्या विभागांतील संघटना व पद्धती उपविभागांच्या कार्यावर नियंत्रण ठेऊन त्यांच्या कार्यात समन्वय घडवून आणत असे. या विभागाने प्रशासनात सुधारणा घडवून आणण्यासंबंधी संघटनेत जाणीव निर्माण केली. या विभागामुळे प्रशासनाच्या कार्यपद्धतीत अनेक सुधारणा झाल्या. कामाच्या पूर्ततेसाठी योग्य कार्यपद्धतीचा अवलंब करण्यात आला. कामाची वेळेत पूर्तता होण्यासाठी कार्यालयांना आवश्यक ती कागदपत्रे उपलब्ध करून देण्यात आली. प्रशासनातील दैनंदिन प्रश्न व अडचणींवर उपाय सुचविण्यात आले.

ई) वेगवेगळ्या समित्या व आयोगांची नियुक्ती :

प्रशासकीय सुधारणा घडवून आणण्यासाठी केंद्रसरकारने काही समित्यांची व आयोगांची निर्मिती केली. औद्योगिक व व्यावसायिक उपक्रमाच्या विशेष संदर्भात भारताच्या प्रशासकीय व्यवस्थेचे पुनर्परीक्षण करण्यासंबंधी पॉल. एच. ॲपलबी यांच्या अध्यक्षतेखाली समिती नेमली. रेल्वेतील भ्रष्टाचार प्रकरणी समिती नेमली. त्याचप्रमाणे केंद्र शासनातील कर्मचाऱ्यांच्या सेवाविषयक अटी आणि वेतन यासंबंधीचा चौकशी आयोग, फतेहसिंग यांच्या अध्यक्षतेखालील सेवक कल्याण पुनर्विलोकन समिती, के. संथानम् यांच्या अध्यक्षतेखालील भ्रष्टाचार प्रतिबंध समिती या सर्व समित्यांनी सुचविलेल्या शिफारशींचा प्रशासकीय सुधारणा घडवून आणण्यात उपयोग झाला आहे.

फ) प्रशासकीय सुधारणा विभाग :

इ.स. १९६४ मध्ये संघटना व पद्धती विभाग कॅबिनेट सचिवालयापासून बाजूला काढण्यात आला आणि नव्यानेच निर्माण करण्यात आलेल्या प्रशासकीय सुधारणा विभागात त्याचे विलीनीकरण करण्यात आले. पुढे या विभागाचे

सेवक विभागात विलीनीकरण करण्यात येऊन प्रशासकीय सुधारणा अणि सेवक विभाग असा नवा विभाग निर्माण करण्यात आला. या विभागाचे कार्य प्रशासकीय सुधारणांसंदर्भात धोरणविषयक बाबींवर केंद्र सरकारला सल्ला देणे, केंद्रसरकार, राज्यसरकार, सार्वजनिक क्षेत्र यांच्या संघटनांना व्यवस्थापन सल्ला पुरविण्याचे काम या विभागावर सोपविण्यात आले होते. प्रशासकीय व्यवहार व आधुनिक व्यवस्थापन तंत्रे यासंबंधीचे व्यवस्थापन शिक्षण उपलब्ध करून देण्याचे कार्य या विभागाने केले.

ग) प्रशासकीय सुधारणा आयोग (१९६६-७०) :

प्रशासकीय व्यवस्थेत सुधारणा घडवून आणण्यासंदर्भात केंद्रसरकारने नियुक्त केलेला सर्वात महत्त्वाचा आयोग म्हणजे प्रशासकीय सुधारणा आयोग होय. अमेरिकेतील हुवर आयोगाच्या धर्तीवर भारतात प्रशासकीय सुधारणा आयोगाची नियुक्ती करण्यात आली. प्रशासकीय कार्याचे पुनरावलोकन करून त्यात सुधारणा घडवून आणण्यासाठी उपाय सुचविणे हे या आयोगाचे महत्त्वाचे कार्य होते.

१) आयोगाच्या स्थापनेमागील पार्श्वभूमी :

वेगवेगळ्या युद्धांमुळे, आक्रमणांमुळे भारताच्या अर्थव्यवस्थेवर मोठा ताण पडला होता. गंभीर समस्यांनी देश ग्रासला गेला होता. याच सुमारास अन्नधान्याची स्थिती अतिशय बिकट बनली होती. अन्नधान्यांबरोबर इतर जीवनावश्यक वस्तूंचीही टंचाई निर्माण झाली होती. त्यामुळे सामान्य नागरिकांना अतिशय त्रास सहन करावा लागत होता. अन्नधान्याच्या कमतरतेमुळे महागाई व बेरोजगारीचे प्रमाण वाढले होते. यामुळे लोकांच्या मनात सरकारबद्दल द्वेष निर्माण झाला होता. मात्र सनदी अधिकारी लोकांच्या हालअपेष्टांची जराही दखल घेत नव्हते. उदासीन व बेपर्वाईने लोकांना वागणूक देत होते. प्रशासनाकडूनही जनतेच्या अपेक्षा पूर्ण न झाल्यामुळे जनतेच्या असंतोषाचा भडका उडण्याची वेळ आली होती. अशावेळी प्रशासनात सुधारणा घडवून आणण्याची तातडीने गरज निर्माण झाली व या स्थितीवर उपाययोजना सुचविण्यासाठी प्रशासकीय सुधारणा आयोगाची स्थापना झाली.

२) प्रशासकीय सुधारणा आयोगाची स्थापना :

५ जानेवारी, १९६६ रोजी सरकारने या आयोगाची स्थापना केली. या आयोगाचे अध्यक्ष मोरारजी देसाई हे होते. तर या आयोगात के. हुनमंतय्या, एच.सी. माथूर, जी.एस. पाठक व एच.व्ही. कामत या सदस्यांचा समावेश होता. व्ही. शंकर यांची आयोगाचे सदस्य सचिव म्हणून नियुक्ती केली होती; परंतु पुढे आयोगाच्या सदस्यात बदल होत गेले जी. एस. पाठक हे केंद्रीय मंत्रिमंडळात गेल्यामुळे त्यांच्या जागेवर देवव्रत मुखर्जी यांची नेमणूक करण्यात आली. १९६७ मध्ये आयोगाचे अध्यक्ष मोरारजी देसाई यांची केंद्रीय मंत्रिमंडळात उपपंतप्रधान म्हणून नियुक्ती करण्यात आली त्यामुळे त्यांनी आयोगाचे अध्यक्षपद सोडले. त्यांच्या जागी के. हनुमंतय्या यांची अध्यक्ष म्हणून नियुक्ती करण्यात आली. पुढे एच.सी. माथूर यांच्या निधनामुळे त्यांच्या जागेवर टी.एन. सिंग यांची नियुक्ती केली गेली.

३) आयोगाचे कार्यक्षेत्र :

देशाचे संपूर्ण लोकप्रशासन या आयोगाच्या कार्यकक्षेखाली आणण्यात आले होते. त्यामध्ये केंद्रसरकारची यंत्रणा आणि कार्यपद्धती, नियोजन-यंत्रणा, केंद्र-राज्य संबंध यांचा समावेश होता. सरकारच्या सामाजिक व आार्थिक धोरणांच्या कार्यवाहीसाठी लोकप्रशासन हे प्रभावी साधन बनविणे, जनतेच्या आशा-आकांक्षांची पूर्ती करणारे प्रभावी लोकप्रशासन बनविणे हे कार्य होते. आयोगाने भारत सरकारची यंत्रणा व तिची कार्यपद्धती, नियोजनाची यंत्रणा, केंद्र-राज्य संबंध, वित्तीय प्रशासन, सेवक प्रशासन, आर्थिक प्रशासन, राज्यप्रशासन, जिल्हाप्रशासन, कृषी प्रशासन इ. बाबींचा विचार करावा. त्याचप्रमाणे नागरिकांची गाऱ्हाणी निवारण करण्यासंबंधीच्या समस्या या बाबीचाही विचार करावा असे या आयोगाच्या ठरावात स्पष्ट केले होते. प्रशासकीय सुधारणा आयोगाला

आपली कार्यपद्धती निश्चित करण्याचे स्वातंत्र्य देण्यात आले होते. त्यानुसार या आयोगाने आपल्या कामकाजाच्या सोयीसाठी वीस अभ्यास गट, तेरा कार्यगट, चार तज्ज्ञ गट आणि एक कृतिदल स्थापन केले होते. या आयोगाने सुमारे साडेचार वर्षे कार्य केले. या आयोगाने या कालावधीदरम्यान केंद्रसरकारला वीस अहवाल सादर केले. त्या अहवालात एकूण ५७८ शिफारशी होत्या. यावरून या आयोगाची व्यापकता समजते.

४) प्रशासकीय सुधारणा आयोगाच्या महत्त्वाच्या शिफारशी :

प्रशासकीय सुधारणा आयोगाने केंद्र सरकारला अनेक शिफारशी सुचवल्या प्रशासकीय सुधारणा आयोगाने सेवक प्रशासनासदंर्भात आपला अहवाल एप्रिल १९६९ मध्ये सरकारला सादर केला. सेवक प्रशासनासंदर्भात विशेष अभ्यास करण्यासाठी तीन अभ्यासगगटांची नियुक्ती केली होती.

i) आर. के. पाटील यांच्या अध्यक्षतेखालील सेवक नियोजन, सार्वजनिक उद्योगातील सेवक व्यवस्था व सेवक व्यवस्थापन यासंबंधीचा अभ्यास गट.

ii) लेफ्टनंट जनरल एस.पी. थोरात यांच्या अध्यक्षतेखालील सेवक भरतीविषयक धोरण, निवडपद्धती, केंद्रीय लोकसेवा आयोग, राज्य लोकसेवा आयोग आणि प्रशासन यासंबंधीचा अभ्यास गट.

iii) के. एन. नागरकट्टी यांच्या अध्यक्षतेखालील बढतीविषयक धोरण, आचारविषयक नियम, शिस्त व नीतिधैर्य यासंबंधीचा अभ्यास गट.

लोक-प्रशासनाच्या गुणवत्तेत सुधारणा होण्यासाठी सेवक प्रशासन कार्यक्षम असले पाहिजे आणि त्याच्या कार्यक्षमतेत वाढ करण्यासाठी विशेष प्रयत्न गरजेचे आहेत असे आयोगाचे मत होते.

I) सेवक प्रशासनासंबंधीच्या शिफारशी :

i) प्रशासकीय सुधारणा आयोगाने सेवकांच्या गुणवत्तेवर भर दिला आहे. सचिवालयातील सेवकांची निवड, त्यांची गुणवत्ता, ज्ञान व अनुभव या आधारावरच केली जावी.

ii) केंद्रीय सचिवालयातील वरीष्ठ व मध्यम व्यवस्थापक पदांवर कार्य करण्यासाठी आवश्यक असणाऱ्या सर्व सेवकांची निवड ही सर्व सेवांमधून केली जावी.

iii) प्रत्येक वर्ग-१ अधिकाऱ्याला त्याच्या कार्यात्मक क्षेत्रात त्याची आठ वर्षे सेवा झाल्यावर आणि बारा वर्षे पूर्ण होण्यापूर्वी त्याच्या कार्यात्मक क्षेत्राच्या बाहेर असलेल्या मुख्यालयातील पदावर जाण्यास पात्र समजण्यात यावे.

iv) निकोप सेवक व्यवस्थापनासाठी एकात्म श्रेणीबद्ध रचना निर्माण करणे अतिशय गरजेचे आहे, असे त्याचे प्रतिपादन होते. सनदी सेवेची पदांची वर्गवारी अशाप्रकारे करण्यात यावी की, समान पात्रता, समान अडचणी आणि समान जबाबदाऱ्या असणारी सर्व पदे एकाच श्रेणीत येतील अशी शिफारस त्याने केली होती. सनदी सेवेतील अशा श्रेणींची संख्या २० ते २५ असावी असेही आयोगाने सुचविले आहे.

v) विद्यापीठांतील पदवीधारकांना सार्वजनिक सेवांकडे आकर्षित करण्यासाठी विशेष प्रयत्न करण्याच्या आवश्यकतेवर त्याने भर दिला आहे. आयोगाने त्याबाबत असे सुचविले आहे की, अतांत्रिक वर्ग-१ सेवांसाठी एक विशेष स्पर्धा परीक्षा घेतली जावी आणि या परीक्षेला बसण्यासाठी फक्त प्रथम वर्गात उत्तीर्ण झालेल्या पदवीधारकांनाच पात्र समजण्यात यावे.

vi) भारतीय प्रशासकीय सेवा आणि इतर सेवा या सेवांसाठी घेतल्या जाणाऱ्या स्पर्धा परीक्षेची कमाल वयोमर्यादा २६ वर्षांपर्यंत वाढविण्यात यावी. तसेच या परीक्षेला बसणाऱ्या उमेदवारांना फक्त दोन वेळा परीक्षा देण्याची संधी देण्यात यावी.

vii) सार्वजनिक क्षेत्रातील वर्ग-२ व वर्ग-३ मधील कर्मचाऱ्यांना उभी गतिशीलता उपलब्ध करून देण्यासाठी वर्ग-१ मधील भरतीच्या कोट्यात २५ टक्कांवरून ४० टक्क्यांवर वाढ करावी.

viii) सनदी सेवेतील सेवकांची निवड किंवा भरती लोकसेवा आयोगाच्या शिफारशीवरून केली जावी. लोकसेवा आयोगाच्या सदस्यांच्या निवडपद्धतीकडे लक्ष दिले जावे. केंद्रीय लोकसेवा आयोगाच्या सदस्यांची नियुक्ती करताना त्या आयोगाच्या अध्यक्षांशी विचारविनिमय करण्यात यावा. तसेच केंद्रीय लोकसेवा आयोगाच्या एकूण सदस्य संख्येपैकी किमान दोन-तृतीयांश सदस्य राज्य लोकसेवा आयोगाचे अध्यक्ष व सदस्य यामधून घेतले जावेत. राज्य लोकसेवा आयोगांच्या सदस्यांची नियुक्ती करताना राज्याच्या राज्यपालाने केंद्रीय लोकसेवा आयोग व राज्य लोकसेवा आयोग यांच्याशी विचारविनिमय करावा. राज्य लोकसेवा आयोगातील किमान एक सदस्य तरी दुसऱ्या राज्यातील असावा.

ix) सनदी सेवेच्या प्रशिक्षणाबाबत एक राष्ट्रीय धोरण आखले जावे असे त्याने सुचविले आहे. तसेच सनदी सेवकांना त्यांच्या सेवाकाळाच्या मध्यावर प्रशिक्षण देण्याची आवश्यकताही आयोगाने प्रतिपादन केली आहे.

x) सरकारने सरकारी कर्मचाऱ्यांच्या संपावर बंदी घालावी अशी शिफारस आयोगाने केली आहे. तथापि, सरकार व कर्मचारी यांच्यातील वाद मिटविण्यासाठी संयुक्त विचारविनिमय यंत्रणा अधिक बळकट करण्याची सूचना त्याने केली आहे.

xi) सरकारी कर्मचाऱ्यांना देण्यात येणाऱ्या मोठ्या शिक्षांच्या विरोधात त्यांची बाजू ऐकून घेण्यासाठी आयोगाने सनदी सेवा न्यायाधिकरण स्थापन करण्याची शिफारस केली आहे. अखिल भारतीय सेवांतील अधिकारी, केंद्र सरकारच्या सेवेतील दिल्लीमधील सर्व कर्मचारी आणि केंद्रीय सेवेतील वर्ग-१ मधील कर्मचारी यांच्यासाठी केंद्र पातळीवर एक न्यायाधिकरण असावे. तसेच राज्य सरकारच्या सेवेतील कर्मचारी आणि केंद्र सरकारच्या सेवेतील वर्ग-१, व्यतिरिक्त इतर कर्मचारी यांच्यासाठी प्रत्येक राज्यात एक किंवा काही राज्यांसाठी मिळून एक न्यायाधिकरण असावे अशी या संदर्भात आयोगाची शिफारस आहे.

II) शासकीय यंत्रणा व कार्यपद्धतीविषयक शिफारशी :

i) केंद्रीय मंत्रिमंडळाची रचना त्रिस्तरीय असावी. मंत्रिमंडळातील मंत्र्यांची संख्या ४० च्या आसपास असावी; परंतु कोणत्याही परिस्थितीत ४५ पेक्षा अधिक असू नये. मंत्रिमंडळातील कॅबिनेट मंत्र्यांची संख्या पंतप्रधानासह जास्तीत जास्त १६ इतकी असावी.

ii) शासनयंत्रणेचे कामकाज कार्यक्षमतेने व प्रभावीपणे चालण्यासाठी उपपंतप्रधान पद निर्माण करण्यात यावे; परंतु सर्व महत्त्वाच्या नेमणूका पंतप्रधानाच्या इच्छेनुसार केल्या जाव्यात. पंतप्रधानाला मार्गदर्शन, समन्वय व देखरेख यासंबंधीची जबाबदारी पार पाडावी लागत असल्याने त्याच्याकडे कोणत्याही विशिष्ट खात्याचा कार्यभार असू नये.

iii) कॅबिनेटच्या स्थायी उपसमित्यांचे पुनर्संघटन करण्यात यावे. त्यांनी शासनाची सर्व कार्ये आपापसात वाटून घ्यावीत. तसेच प्रत्येक उपसमितीला सचिवांच्या समितीची जोड देण्यात यावी.

iv) कॅबिनेट सचिवाने प्रमुख सल्लागार ही भूमिका पार पाडावी. त्याने पंतप्रधान, कॅबिनेट आणि कॅबिनेटच्या उपसमित्या यांना धोरणविषयक बाबींसंबंधी सल्ला देण्याचे कार्य करावे.

v) पंतप्रधानाने आपल्या मंत्रिमंडळातील मंत्र्यांची नियुक्ती करताना गुणवत्तेसंबंधीचे काही निकष विचारात घ्यावेत. विशेषतः मंत्र्यांची व्यक्तिगत सचोटी, निष्ठा, बौद्धिक क्षमता, निर्णयक्षमता, कामाचे सातत्य इ. निकष विचारात घेऊनच त्यांची नियुक्ती करण्यात यावी.

vi) पंतप्रधानाने प्रत्येक महिन्याला सर्व मंत्र्यांना व्यक्तिशः किंवा गटागटाने भेटावे. या भेटीत त्याने प्रशासनाशी संबंधित सर्व महत्त्वाच्या मुद्यांवर मंत्र्यांशी चर्चा करावी व त्यांची मते जाणून घ्यावीत.

vii) मंत्री आणि त्याच्या विभागाचा सचिव यांच्यात सहकार्याचे व परस्पर विश्वासाचे संबंध असावेत. मंत्र्याने आपल्या सचिवाबद्दल विश्वास बाळगावा. सचिवाने धोरणविषयक बाबीसंबंधी मंत्र्याला सल्ला दिल्यावर त्यावर टीका होऊ लागली तर त्याची जबाबदारी मंत्र्याने स्वीकारावी. सचिवाने मंत्र्याशी एकनिष्ठ रहावे आणि प्रत्येक प्रश्नावर वस्तुनिष्ठ दृष्टिकोनातून सल्ला देण्याचे कार्य करावे.

viii) प्रत्येक मंत्रालयाला किंवा मोठ्या प्रशासकीय विभागाला साहाय्य करण्यासाठी एक धोरण सल्लागार समिती असावी. या समितीने दीर्घकालीन धोरणासंबंधीच्या महत्त्वपूर्ण प्रश्नांचा विचार करावा.

ix) केंद्र शासनात एक स्वतंत्र सेवक विभाग स्थापना करण्यात यावा. हा विभाग पंतप्रधानाच्या नियंत्रणाखाली ठेवण्यात यावा.

अशाप्रकारे प्रशासकीय सुधारणा आयोगाने विविध शिफारशी सुचविल्या आहेत.

❋❋❋❋

सरावासाठी प्रश्न

प्र. १. दीर्घोत्तरी प्रश्न.

१) भारतातील सनदी सेवांचे वर्गीकरण स्पष्ट करा.
२) केंद्रीय सनदी सेवांबद्दल माहिती सांगा.
३) राज्य सनदी सेवांबद्दल विवेचन करा.
४) भारतीय केंद्रीय लोकसेवा आयोगाविषयी माहिती सांगा.
५) राज्य लोकसेवा आयोगाची रचना, अधिकार आणि कार्ये स्पष्ट करा.
६) भारतातील सनदी सेवकांच्या प्रशिक्षणाबद्दल माहिती सांगा.
७) भारतातील सनदी सेवकांची क्षमता निर्मिती स्पष्ट करा.
८) भारतातील सनदी सेवा सुधारणा स्पष्ट करा.
९) प्रशासकीय सुधारणा आयोगाने सनदी सेवा सुधारणांसाठी केलेल्या शिफारशींचे परीक्षण करा.

प्र. २. टिपा लिहा.

१) केंद्रीय सनदी सेवा.
२) राज्य सनदी सेवा.
३) केंद्रीय लोकसेवा आयोग.
४) राज्य लोकसेवा आयोग.
५) भारतातील सनदी सेवकांचे प्रशिक्षण.
६) सनदी सेवकांची क्षमता वाढवणे.
७) सनदी सेवा सुधारणा.

❋❋❋❋

प्रकरण ४

भारतीय प्रशासनातील मुद्दे

➪ प्रस्तावना :

आजच्या काळात भारतीय राज्यसंस्थेने कल्याणकारी भूमिकेचा स्वीकार केल्यामुळे प्रशासकीय जबाबदारीत वाढ घडून आली आहे. त्यामुळे प्रशासकीय कार्यपद्धतीतील औपचारिकता कमी होवून कल्याणकारी दृष्टिकोनास महत्त्व देण्यात येत आहे. प्रशासनाने जनतेस जबाबदार राहून आपले कार्य पार पाडावे, या तत्त्वास सार्वत्रिक स्वरूपाची मान्यता प्राप्त झाली आहे. प्रशासकीय उत्तरदायित्वात वाढ घडवून आणण्यासाठी वेगवेगळ्या उपाययोजना देखील राबविल्या जातात. प्रशानातील भ्रष्टाचाराचे प्रमाण कमी होण्यासाठी प्रशासकीय उत्तरदायित्वाची भावना वाढीस लागणे महत्त्वाचे आहे. त्यासाठी लोकपाल व लोकायुक्त अशा यंत्रणांची स्थापना करण्यावर भर दिला जात आहे. लोकपाल व लोकायुक्त यांच्या माध्यमातून भ्रष्टाचारास आळा बसेल अशी अपेक्षा आहे. राजकारणी व सनदी सेवक यांच्यातील संघर्ष कमी करून त्यांच्यात समन्वय व सहकार्य प्रस्थापित करण्यावर देखील भर दिला जात आहे. जेणे करून नागरिकांच्या कल्याणात वाढ घडवून आणणारी धोरणे राबविली जातात.

➪ ४.१ नागरिकांच्या तक्रार निवारण यंत्रणा :

भारतात प्रशासनास अधिकाधिक नागरिकाभिमुख बनविण्यावर भर दिला जात आहे. नागरिकांच्या समस्या व तक्रारींचे तात्काळ निवारण होण्यासाठी काही संरचनात्मक यंत्रणा निर्माण करण्यावर भर दिला आहे. लोकपाल, लोकायुक्त व केंद्रीय सतर्कता आयोग या यंत्रणांचा उल्लेख त्यादृष्टीने करता येईल.

४.१.१ लोकपाल किंवा ओम्बुड्समन :

प्रशासकीय उत्तरदायित्वात वाढ घडवून आणण्यासाठी 'लोकपाल' ही यंत्रणा महत्त्वाची मानली जाते. प्रशासनात वाढत जाणारा भ्रष्टाचार, लाचलुचपत, सत्तेचा गैरवापर या घटकांवर पायबंद घालण्यासाठी 'लोकपाल' ही यंत्रणा आवश्यक आहे. प्रशासकीय अधिकाऱ्यांच्या विरोधात जनतेच्या काही तक्रारी असतात, त्या तक्रारींचे निवारण होणे आवश्यक असते. त्यामुळे लोकपाल ही यंत्रणा निर्माण करून जनतेच्या तक्रारींची दखल घेतली जाऊ शकते व प्रशासनास अधिक उत्तरदायी बनविले जाऊ शकते. आधुनिक काळात प्रशासकीय पारदर्शकता निर्माण करण्याच्या दृष्टीने लोकपाल यंत्रणेस महत्त्व प्राप्त होत आहे. पुढील मुद्यांच्या आधारे त्याचा आढावा घेता येईल:

अ) लोकपाल अर्थ :

प्रशासनाच्या कृतीविरूद्ध आणि निर्णयाविरूद्ध नागरिकांच्या तक्रारी ऐकण्यासाठी आणि त्यांचे निवारण करण्यासाठी नियुक्त केलेल्या शासकीय अधिकाऱ्यास लोकपाल असे म्हणतात. स्वीडन, नॉर्वे, डेन्मार्क या देशात अशा शासकीय अधिकाऱ्याला जार्लीवीरप (ऑम्बुडसमन) असे म्हणतात. प्रशासनाविरोधातील नागरिकांच्या तक्रारींची दखल घेणारी यंत्रणा म्हणून 'लोकपाल' या घटकाचा उल्लेख केला जातो.

ब) 'लोकपाल' संज्ञेचा उगम :

लोकपाल ही संकल्पना सर्वप्रथम स्वीडनमध्ये सुरू झाली. न्यायालये आणि तत्सम संस्था याकडून जनतेच्या गाऱ्हाण्यांचे, तक्रारींचे निवारण होऊ शकत नाही. म्हणून स्वीडनच्या कायदेमंडळाने 'ऑम्बुडसमन' या अधिकाऱ्याची नेमणूक केली. १८ व्या शतकाच्या सुरूवातीला स्वीडनमध्ये 'लोकपाल' ही संस्था सुरू झाली. स्वीडनच्या लोकपालाची निवड चार वर्षांसाठी केली जाते. तो सरकारला जबाबदार रहात नाही. स्वीडनमध्ये नागरिक व सैनिक या संबंधीच्या प्रश्नांची चौकशी करण्यासाठी दोन वेगवेगळे ऑम्बुडसमन आहेत. सर्वसाधारण न्यायालये व प्रशासकीय न्यायाधिकरण यांनी दिलेल्या निर्णयात तो फेरबदल करू शकत नाही. तो शासनाच्या कोणत्याही विभागातून माहिती मागवू शकतो, कागदपत्रे पाहू शकतो. तसेच तो न्यायाधीश व शासकीय अधिकारी यांच्या कार्यावर नियंत्रण, देखरेख ठेऊ शकतो.

क) 'लोकपाल' संज्ञेचा विकास :

स्वीडनने अस्तित्वात आणलेली ऑम्बुडसमन ही यंत्रणा पुढील काळात वेगवेगळ्या देशांनी स्विकारली. नॉर्वे, फिनलॅन्ड, न्यूझीलॅन्ड, डेन्मार्क, इंग्लंड इत्यादी देशातही ऑम्बुडसमनची नियुक्ती करण्यात आली आहे. १९०९ साली फिनलॅन्डमध्ये, १९५३ साली डेन्मार्कमध्ये, १९६१ साली न्यूझीलॅन्डमध्ये आणि १९६३ साली नॉर्वेमध्ये लोकपाल ही यंत्रणा निर्माण करण्यात आली. १९६७ साली इंग्लंडच्या पार्लमेंटमध्ये ऑम्बुडसमन कायदा संमत झाला व पार्लमेंटरी कमिशनर हे पद लोकपालाच्या धर्तीवर नियुक्त करण्यात आले. म्हणजेच जनतेच्या प्रशासनाविरोधातील तक्रारींची दखल घेण्यासाठी विविध देशांनी लोकपाल यंत्रणा निर्माण केली आहे.

ड) भारतातील लोकपाल :

भारतात लोकपाल हे पद निर्माण करण्यासाठी विविध प्रयत्न झाले. मात्र, अद्यापही भारतात लोकपाल ही यंत्रणा निर्माण झालेली नाही. १९६६ च्या प्रशासकीय सुधारणा आयोगाने भारतात लोकपाल पद्धतीचा स्वीकार केला जावा असे सुचविले होते. त्यानुसार १९७१ साली संसदेत पहिल्यांदा लोकपाल विधेयक मांडण्यात आले. त्यानंतरही बऱ्याच वेळेस लोकपाल विधेयक संसदेत मांडण्यात आले. मात्र, ते संमत होऊ शकले नाही. लोकपालाची अधिकारकक्षा ठरविण्यावरून अनेक मतभेद असलेले दिसून येतात. आजच्या काळात प्रशासनातील वाढता भ्रष्टाचार लक्षात घेऊन भारतात लोकपाल यंत्रणा निर्माण केली जावी यासाठी मोठ्या प्रमाणावर जनआंदोलने झालेली दिसतात. त्यामुळे लोकपाल विधेयक पुन्हा संसदेत मांडण्यात आले आहे.

ई) लोकपाल यंत्रणेचे महत्त्व :

भारतासारख्या विकसनशील देशांच्या दृष्टीने लोकपाल यंत्रणा महत्त्वाची मानली जाते. प्रशासनातील वाढता भ्रष्टाचार विचारात घेता त्यावर नियंत्रण प्रस्थापित करण्यासाठी लोकपालाची आवश्यकता आहे. शासकीय अधिकारी आपल्या अधिकाराचा गैरवापर करून मोठ्या प्रमाणावर भ्रष्टाचार घडवून आणतात. त्यांच्या या गैरकृत्याची योग्य प्रकारे चौकशी केली जात नाही. सर्वसामान्य जनतेला या प्रशासकीय भ्रष्टाचारास मोठ्या प्रमाणावर बळी पडावे लागते. अशा परिस्थितीत जनतेच्या प्रशासनाविरोधातील तक्रारींची दखल घेणे आवश्यक ठरते. त्यामुळे लोकपाल या शासकीय अधिकाऱ्याची नियुक्ती करून त्यास व्यापक अधिकार देणे आवश्यक आहे.

फ) लोकपालची कार्ये :

लोकपाल कार्यालयाची स्थापना प्रशासकीय प्रक्रियांमध्ये पारदर्शकता, उत्तरदायित्व आणि निष्पक्षता राखण्यासाठी केली गेली आहे आणि ही उद्दिष्टे साध्य करण्यासाठी ते काही अधिकार आणि कार्ये चालवते. अधिकार व कार्ये हे अधिकार क्षेत्र आणि लोकपालच्या विशिष्ट आदेशानुसार बदलतात. खाली मुख्य अधिकार आणि कार्ये आहेत जी सामान्यतः लोकपाल कार्यालयाशी संबंधित आहेत :

१) तक्रारींची चौकशी :

लोकपालच्या प्राथमिक कार्यांपैकी एक म्हणजे सरकारी संस्था, संघटना किंवा यंत्रणांकडून अन्यायकारक वागणूक, गैरप्रशासन किंवा अधिकाराचा दुरुपयोग झाल्याचा दावा असलेल्या व्यक्ती किंवा गटांच्या तक्रारींची तपासणी करणे. लोकपाल तक्रारीची कसून तपासणी करतो, पुरावे गोळा करतो आणि न्याय्य तोडगा काढण्याचा प्रयत्न करतो.

२) मध्यस्थी आणि संघर्ष निराकरण :

लोकपाल तक्रारदार आणि संबंधित अधिकारी यांच्यात मध्यस्थ म्हणून काम करतो. संवाद आणि वाटाघाटी सुलभ करून, लोकपाल विवादांवर परस्पर सहमतीपूर्ण उपाय शोधण्याचा प्रयत्न करतो, औपचारिक कायदेशीर कार्यवाहीची गरज टाळतो आणि सौहार्दपूर्ण ठरावांना प्रोत्साहन देतो.

३) शिफारसी :

तपासणीच्या निष्कर्षांवर आधारित लोकपालास अन्याय सुधारण्यासाठी, प्रणालीगत समस्यांचे निराकरण करण्यासाठी आणि प्रशासकीय प्रक्रिया सुधारण्यासाठी शिफारसी करण्याचा अधिकार आहे. या शिफारशींमध्ये भविष्यात तत्सम समस्या उद्भवू नयेत यासाठी धोरणे, कार्यपद्धती किंवा पद्धतींमध्ये बदल समाविष्ट असू शकतात.

४) पारदर्शकता आणि जबाबदारी :

कायदे, नियम आणि नैतिक मानकांचे पालन करण्यासाठी निर्णय, कार्यपद्धती आणि पद्धती तपासून लोकपाल प्रशासकीय कृती पारदर्शक आणि जबाबदार असल्याची खात्री करतो. हे कार्य सत्तेचा दुरुपयोग रोखण्यास मदत करते आणि सरकारी संस्थांवरील सार्वजनिक विश्वास वाढवते.

५) माहितीमध्ये प्रवेश :

लोकपालांना अनेकदा त्यांच्या तपासाशी संबंधित माहिती आणि कागदपत्रांमध्ये प्रवेश करण्याचा अधिकार असतो, जरी अशी माहिती अन्यथा गोपनीय मानली जात असली तरीही. हे अधिकार सुनिश्चित करतात की लोकपाल पुराव्याची कसून तपासणी करू शकतो आणि माहितीपूर्ण निर्णय घेऊ शकतो.

६) पद्धतशीर पुनरावलोकन :

वैयक्तिक तक्रारींच्या पलीकडे, प्रशासकीय अन्यायात योगदान देणारे नमुने, प्रवाह आणि पद्धतशीर समस्या ओळखण्याचा अधिकार लोकपालाकडे आहे. या अंतर्निहित समस्यांचे निराकरण करून लोकपालाचे उद्दिष्ट भविष्यातील तक्रारी टाळणे आणि संस्थांच्या एकूण कार्यप्रणालीत वाढ करण्याचे आहे.

७) कायदेशीर कारवाईसाठी शिफारसी :

ज्या प्रकरणांमध्ये लोकपाल चुकीचे किंवा कायद्याचे उल्लंघन केल्याचा पुरावा उघड करतो, ते जबाबदार व्यक्ती किंवा संस्थांवर कायदेशीर कारवाई करण्याची शिफारस करू शकतात. हे सुनिश्चित करते की गंभीर गुन्ह्यांना योग्य कायदेशीर माध्यमांद्वारे योग्यरित्या संबोधित केले जाते.

८) निष्पक्षता आणि समानतेचा प्रचार :

लोकपाल काही विशिष्ट गट किंवा व्यक्तींविरुद्ध धोरणे आणि पद्धती भेदभाव करतात की नाही हे तपासून प्रशासकीय निर्णयांमध्ये निष्पक्षता आणि समानतेला प्रोत्साहन देते. हे कार्य प्रशासकीय कृतींमुळे लोकसंख्येच्या कोणत्याही विभागाचे अन्यायकारक नुकसान होणार नाही याची खात्री करण्यात मदत करते.

९) जागरूकता आणि शिक्षण :

लोकपाल व्यक्तींचे हक्क, लोकपालाची भूमिका आणि तक्रारींचे निवारण कसे करावे याबद्दल जागरुकता निर्माण करण्यासाठी अनेकदा पोहोच आणि शैक्षणिक क्रियाकलापांमध्ये व्यस्त असतात. लोकांना शिक्षित करणे नागरिकांना नोकरशाही प्रक्रियेशी प्रभावीपणे जुळवून घेण्यास सक्षम बनविण्यात मदत करते.

१०) अहवाल सादरीकरण :

लोकपाल त्यांच्या तपासणीचे अहवाल, निष्कर्ष आणि शिफारशी संबंधित अधिकारी, सरकारी संस्था किंवा कायदेमंडळ यांना सादर करू शकतात. हे अहवाल धोरणकर्ते आणि कायदेकर्त्यांना प्रशासकीय प्रणाली सुधारण्यासाठी आणि प्रणालीगत समस्यांचे निराकरण करण्यासाठी मौल्यवान अंतर्दृष्टी प्रदान करतात.

४.१.२ भारतातील लोकपाल :

जगातील काही देशांत एकोणिसाव्या शतकाच्या सुरुवातीलाच लोकपाल ही संकल्पना आली होती. सरकारी यंत्रणेतील भ्रष्टाचाराला आळा घालण्यासाठी स्वीडनमध्ये प्रथम ही यंत्रणा आली. ऑम्बुड्समॅन या नावाने त्याची सुरुवात झाली. स्वीडनसह काही देशांत यामुळे भ्रष्टाचार कमी झाल्याचे आढळून आले. अद्यापही तेथे ही यंत्रणा परिणामकारक आहे. भारतात १९६७ च्या सुमारास ही संकल्पना आली. ब्रिटनमधील उच्चायुक्त एल. एम. सिंघवी यांनी ती प्रथम मांडली. त्यानुसार १९६८ मध्येच यासंबंधीचे पहिले विधेयक मांडले गेले. १९६९ मध्ये लोकसभेत ते मंजूर झाले, मात्र राज्यसभेत नामंजूर झाले. त्यानंतरही अनेकदा हे विधेयक मंजूर करण्याच्या त्या त्या वेळच्या सरकारांनी प्रयत्न केला, मात्र ते होऊ शकले नाही.

अ) अण्णा हजारे यांचे आंदोलन व विधेयकास मंजुरी :

हजारे यांनी यात लक्ष घातल्यानंतर त्याची देशभर चर्चा झाली. हजारे यांचे २०११मधील आंदोलन लोकपालची सार्वत्रिक चर्चा घडवून आणणारे ठरले. डिसेंबर २०११मध्ये लोकसभेत हे विधेयक आणण्यात आले. सरकार बदलल्यानंतर त्यात पुन्हा बदल करण्यात आले. त्यासाठी समिती नियुक्त करून त्यात सुधारणा करण्यात आल्या. शेवटी डिसेंबर २०१३ मध्ये संसदेत हे विधेयक मंजूर झाले. त्यावर राष्ट्रपतींची सही झाल्यानंतर कायद्यात रूपांतर झाले. मात्र, अंमलबजावणी रखडली. त्यासाठी पुन्हा आंदोलने झाली. शेवटी लोकसभा निवडणुकीच्या तोंडावर आंदोलने आणि कोर्टाच्या दणक्यामुळे लोकपालची प्रलंबित प्रक्रिया पूर्ण करण्यात आली. निवृत्त न्यायमूर्ती पिनाकी घोष यांची भारताचे पहिले लोकपाल म्हणून नियुक्ती करण्यात आली. त्यांचा शपथविधीही झाला. लोकपाल मंडळ नियुक्त करण्यात आले. आता नियमावली आली की प्रत्यक्ष कामकाज सुरू होईल. राज्यात लोकायुक्तांची नियुक्ती प्रक्रिया सुरू होईल.

ब) लोकपालांची कार्ये :

लोकपालाची कार्ये पुढील मुद्द्यांच्या आधारे जाणून घेता येतील::

१) केंद्रीय मंत्री, सचिव, व प्रशासकिय अधिकारी यांच्या कार्याविरूद्ध येणाऱ्या आरोपांची व तक्रारींची चौकशी करणे आणि त्यासंबंधी निर्णय देणे.

२) प्रशासनातील सनदी सेवकांच्या अकार्यक्षमतेवर व गैरवर्तनावर लक्ष ठेवणे.

३) मंत्री, सचिव प्रशासकिय अधिकारी पातळीवरील भ्रष्टाचार, लाचलुचपत आणि दप्तर दिरंगाईची चौकशी करून त्यांचे निर्णय घेणे.

४) सामान्यत: नागरी सेवेतील अधिकाऱ्याकडून सत्तेचा गैरवापर होऊन इतरांवर अन्याय झाला तर त्यांचे निवारण करण्याचा अधिकार लोकपालाना असतो.

५) लोकपालाना आपल्या दरवर्षीच्या कार्याचा अहवाल लोकसभेला सादर करावा लागतो.

६) महालेखापरीक्षक, लोकसेवा आयोग अध्यक्ष, निवडणूक आयुक्त आणि कायदे मंडळाचे प्रतिनीधी यांची भ्रष्टाचाराविषयी चौकशी करण्याचे कार्य लोकपालांना करावे लागते. एकूणच लोकपाल भ्रष्टाचाराला आळा घालून लोकशाही प्रक्रिया निकोप, स्वच्छ व सुदृढ करण्याचा प्रयत्न करतो.

क) लोकपाल कक्षेबाहेरील विषय :

१) भारत सरकार व परराष्ट्र शासन किंवा आंतरराष्ट्रीय संघटना किंवा राज्यशासन यांच्याकडून झालेले व्यवहार, नियम, कायदे याबाबत सर्व कृती.

२) गुन्ह्याचा तपास करण्याच्या हेतुने केलेली कृती किंवा पारपत्राच्या संदर्भात करण्यात आलेल्या कारवाईसह संरक्षण करण्याच्या हेतुने केलेली कृती.

३) नेमणूका, पदच्चूती, वेतन, शिस्त, निवृती व अन्य सेवकविषयक बाबीच्या संदर्भात केलेल्या कृती.

४) पारितोषिक आणि सन्मानांच्या प्रदाना संबंधी चौकशी, कृती करण्याचा अधिकार.

५) कोणत्याही खटल्याविरूद्ध न्यायालयाने दिलेल्या निर्णयाविरूद्ध चौकशी करण्याचा अधिकार.

६) तक्रारीच्या तारखेपूर्वी १२ महिने आधि घेण्यात आलेला अन्यायकारक प्रशासकीय निर्णय इत्यादी संबंधी कृती करण्याचा अधिकार.

ड) भ्रष्टचार निर्मूलनाची यंत्रणा :

भ्रष्टाचाराला आळा घालण्यासाठी लोकपाल ही प्रभावी यंत्रणा ठरावी, असा याचा उद्देश आहे. भ्रष्टाचाराच्या यादीत १८० देशांत भारत ७८ व्या क्रमांकावर आहे. यात सुधारणा करण्यासाठी अशी प्रभावी यंत्रणा हवीच होती. लोकपाल आल्यानंतर यात सुधारणा होईल याच अपेक्षेने ही संस्था आणली आहे. भ्रष्टाचाराच्या विरोधात काम करणाऱ्या विद्यमान यंत्रणांच्या तुलनेत ही काहीशी वेगळी आणि जादा अधिकार असलेली यंत्रणा आहे. पंतप्रधान (खरे तर माजी पंतप्रधान) ते चतुर्थ श्रेणी कर्मचारी अशा सर्व पातळीवरील सरकारी कर्मचारी, लोकसेवक यांच्यासंबंधीच्या तक्रारींची लोकपाल चौकशी करू शकतो. एक लोकपाल आणि आठ सदस्य अशी देशपातळीवर रचना आहे. गरजेनुसार त्यांचे राज्यनिहाय बेंच स्थापन करण्याची, त्यासाठी अन्य सरकारी अधिकारी-कर्मचारी यांची सेवा घेण्याची तरतूद यामध्ये आहे. त्यामुळे ही संस्था अधिकाधिक लोकाभिमुख आणि तक्रार करण्यास सुलभ करण्यासाठीची दक्षता नियमावलीत घ्यावी लागणार आहे.

इ) लोकपालाची स्वायत्तता :

लोकपालचे अधिकार आणि स्वायत्तता हे वेगळेपण आहे. दिवाणी कोर्टाप्रमाणे अधिकार असलेली ही संस्था थेट सरकारच्या नियंत्रणात नाही. केवळ चौकशीच नव्हे, तर तथ्य आढळले तर संबंधितांच्या संपत्तीवर टाच आणण्याचा अधिकार लोकपालला आहे. हा सर्वांत प्रभावी ठरणारा अधिकार आहे. तक्रार खोटी निघाली, तर तक्रारदारालाही दंड करण्याची तरतूद यात आहे. दप्तर दिरंगाई टाळण्यासाठी कालमर्यादा ठरवून देण्यात आली आहे. आलेल्या तक्रारींचा एक वर्षांत निपटारा करावा लागणार आहे. लोकपाल म्हणजे कोणी एक माणूस, कोणी एक हुकूमशाह नसेल. तर ते एक मंडळ असणार आहे. त्याची निवडही सर्वसमावेशक निवड मंडळामार्फत होणार आहे.

ई) कायद्यातील पळवाटा :

अर्थात कोणत्याही कायद्याचे असते, तसेच हे लोकपालचे दिसणारे स्वरूप आहे. अंमलबजावणीच्या पातळीवर यातील किती तरतुदी मोकळेपणाने वापरल्या जातात, किती नियमांचे काटेकोर पालन केले, किती पळवाटा शोधल्या जातात, यावर सारे अवलंबून आहे. काही उदाहरणे पाहू. भ्रष्टाचाराच्या तक्रारी आल्यानंतर संबंधित लोकसेवकाने जमविलेली बेकायदा मालमत्ता जप्त करण्याचा अधिकार लोकपाल कायद्यात आहे. असा अधिकार आतापर्यंत अशी प्रकरणे हाताळणाऱ्या यंत्रणांना नव्हता. सरकारी अधिकाऱ्यांना संपत्ती जाहीर करण्याची अट आहे. मध्यंतरी त्यांच्या कुटुंबीयांच्या नावावरील संपत्तीही जाहीर करणे आवश्यक होते. मात्र, यासंबंधीच्या कलम ४४ मध्ये दुरुस्ती करून फक्त स्वत:चीच संपत्ती जाहीर करण्याचे बंधन ठेवले. लोकपालच्या कलम २९ मध्ये बेकायदा संपत्ती जप्तीचे अधिकार असले, तरी अशी संपत्ती शोधून काढण्याचे आव्हान असेल. यात अनेक पळवाटा शोधण्यात भ्रष्ट अधिकारी पटाईत असतात. इतरही काही तरतुदींमध्ये पळवाटांना संधी शोधली जाऊ शकते.

फ) लोकपालाची परिणामकारकता :

लोकपालच्या बाबतीत प्रकरणे निकाली काढण्यासाठी कालमर्यादा ठरवून दिलेली आहे. मात्र, लोकपालचे कामकाज आपल्याच सरकारी यंत्रणेवर बरेचसे अवलंबून राहणार आहे. अशा परिस्थितीत कालमर्यादा पाळण्याचे आव्हान कितपत पेलवले जाते, हे येणाऱ्या काळातच कळू शकेल. आपल्याकडील कोर्ट, ग्राहकमंच, लाचलुचपत प्रतिबंधक विभाग, सीबीआय अशा अनेक यंत्रणांकडे प्रलंबित असलेली प्रकरणे पाहिली, तर याचा अंदाज येईल. ग्राहकांना झटपट आणि सुलभ न्याय मिळावा म्हणून ग्राहक संरक्षण कायदा आला. त्यातून ग्राहकमंच सुरू झाले. त्यांना खटले निकाली काढण्यासाठी ९० दिवसांची कालमर्यादा घालून देण्यात आली. प्रत्यक्षात या ग्राहकमंचाची, राज्य आणि केंद्रीय ग्राहक आयोगाची काय स्थिती आहे? हजारो प्रकरणे तेथे प्रलंबित आहेत. अशीच अवस्था माहिती अधिकार कायद्याची आहे. यातून लोकांना सुलभ माहिती मिळण्याची सोय झाली. मात्र, माहिती देण्यास टाळाटाळ करण्याच्या असंख्य पळवाटा यंत्रणेने शोधल्या. त्यामुळे अपिलांची संख्या वाढली. तेथे प्रकरणे वर्षानुवर्षे प्रलंबित राहू लागली. राज्य माहिती आयोगाच्या जागाही रिक्त असल्याने काही ठिकाणी तर कामकाजही ठप्प झाले. त्यामुळे निकाल मिळण्यासाठी प्रदीर्घ काळ प्रतीक्षा करावी लागते. विशेष म्हणजे शेवटी निकाल काय मिळतो, तर 'संबंधित अधिकाऱ्यांनी तक्रारदाराला विनामूल्य माहिती द्यावी.' फारच कमी प्रकरणात माहिती नाकारणाऱ्या अधिकाऱ्यांना दंड होतो. अशी अवस्था असेल तर या कायद्याचा, या यंत्रणेचा वचक कसा बसणार? तक्रार करण्यासाठी तरी कोण पुढे येणार? अशीच अवस्था लाचलुचपत प्रतिबंधक विभागाची आहे. तोही कायदा प्रभावी असला, तरी अंमलबजावणीच्या पातळीवर अनेक अडचणी आहेत. तेथेही चौकशी आणि दोषारोपपत्र दाखल करण्याच्या पातळीपासूनच दिरंगाई सुरू होते. सरकारी कार्यालयांतील कामे वेळेत व्हावीत यासाठी दप्तर दिरंगाई कायदा आहे, तो तर आता नागरिकांना आठवतही नसेल.

४.१.३ लोकायुक्त :

भारतात लोकपाल या पदास पूरक अशा पदाची निर्मिती करण्यात आली आहे, त्यास लोकायुक्त असे म्हणतात. लोकपाल हा अधिकारी संपूर्ण देशाच्या दृष्टीने जे कार्य पार पाडतो, ती कार्ये लोकायुक्ताद्वारे एखाद्या विशिष्ट घटकराज्याच्या संदर्भात पार पाडली जातात. घटकराज्याच्या प्रशासनासंदर्भात नागरिकांच्या ज्या तक्रारी असतील त्यांची दखल लोकायुक्त घेत असतो. त्यामुळे भारतात लोकपाल या यंत्रणेची कमतरता भरून काढण्याच्या दृष्टीने लोकायुक्त ही यंत्रणा महत्त्वाची आहे. लोकायुक्त ही यंत्रणा एखाद्या विशिष्ट घटक राज्याअंतर्गत कार्यरत असते. पुढील मुद्यांच्या आधारे त्याचा आढावा घेता येईल :

अ) लोकायुक्त–अर्थ :

घटकराज्यातील नागरिकांकडून मंत्री व शासकीय अधिकारी यांच्या विरोधातील तक्रारीची दखल घेऊन त्यांचे निवारण करण्यासाठी नियुक्त केलेल्या शासकीय अधिकाऱ्यास 'लोकायुक्त' असे म्हणतात. आत्तापर्यंत भारतात दहा घटकराज्यात लोकायुक्त ही यंत्रणा निर्माण करण्यात आली आहे. लोकायुक्त व उपलोकायुक्त कायदा संमत करणारे महाराष्ट्र हे पहिले घटकराज्य आहे. महाराष्ट्रात १९७१ रोजी हा कायदा संमत करण्यात आला. पुढील काळात अनेक घटकराज्यांनी लोकायुक्त हे पद निर्माण केले.

ब) लोकायुक्तांची नियुक्ती :

लोकायुक्ताची नियुक्ती संबंधित राज्याच्या राज्यपालाकडून केली जाते. राज्यपालाच्या सहीने उच्च न्यायालयाचा उच्च न्यायाधीश, विरोधी पक्षनेता किंवा सभापतीच्या संमतीने लोकायुक्ताची नियुक्ती होत असते. सूत्रे हाती घेण्यापूर्वी त्याला आपल्या पदाची शपथ घ्यावी लागते. लोकायुक्ताच्या सल्ल्याने उपलोकायुक्तांची नेमणूक केली जाते. लोकायुक्ताची नियुक्ती पाच वर्षांसाठी केली जाते.

क) लोकायुक्ताचे वेतन व सवलती :

वेतन, भत्ते, पदच्युती, सेवानिवृत्ती वेतन याबाबतीत लोकायुक्ताचा दर्जा राज्याच्या उच्च न्यायालयाच्या मुख्य न्यायाधिशाप्रमाणे असतो. लोकायुक्ताला दरमहा नऊ हजार रूपये वेतन याशिवाय इतर भत्ते व सवलती दिल्या जातात. लोकायुक्ताच्या वेतनाचा खर्च राज्य सरकारच्या संचीत निधीतून केला जातो. राज्य विधिमंडळ कायदा करून लोकायुक्ताच्या वेतनात व सवलतींमध्ये बदल घडवून आणू शकते.

ड) लोकायुक्ताची बडतर्फी :

लोकायुक्ताने गैरवर्तन केले वा अकार्यक्षमता दर्शविली तर राज्यपाल त्याला पदावरून दूर करू शकतात. त्यापूर्वी लोकायुक्ताच्या गैरवर्तनाची वा अकार्यक्षमतेची चौकशी सर्वोच्च न्यायालयाच्या न्यायाधीशांकडून व्हावी लागते. या चौकशीला विधिमंडळाच्या दोन्ही सभागृहांची संमती मिळावी लागते. म्हणजेच न्यायाधिशाच्या महाभियोगाप्रमाणेच लोकायुक्तास बडतर्फ करण्यासाठी विशिष्ट पद्धतीचा स्वीकार केला जातो.

ई) लोकायुक्तांचे अधिकार आणि कार्ये :

लोकायुक्त ही भारतातील भ्रष्टाचाराविरुद्धच्या लढ्यात महत्त्वाची भूमिका बजावणारी संस्था आहे. अनेकदा राज्य स्तरावर स्थापन केलेले लोकायुक्त राष्ट्रीय स्तरावर लोकपालच्या अनुकरणाने तयार केले जातात आणि त्यांच्या संबंधित राज्यांमधील लोकसेवकांद्वारे होणारा भ्रष्टाचार व गैरवर्तनाची चौकशी आणि निराकरण करण्यासाठी जबाबदार असतात.

१) भ्रष्टाचाराची चौकशी :

लोकायुक्तांच्या प्राथमिक कार्यांपैकी एक म्हणजे त्यांच्या संबंधित राज्यांमधील लोकसेवकांवरील भ्रष्टाचार आणि गैरवर्तनाच्या आरोपांची चौकशी करणे. त्यांना स्वतंत्रपणे किंवा नागरिकांनी दाखल केलेल्या तक्रारींच्या प्रतिसादात तपास सुरू करण्याचा अधिकार आहे. या तपासामध्ये निवडून आलेले लोकप्रतिनिधी, नोकरशहा, सरकारी कर्मचारी आणि विविध राज्य सरकारी विभागांमध्ये काम करणारे अधिकारी यांचा समावेश असलेल्या लोकसेवकांचा समावेश होतो.

२) खटला :

लोकायुक्तांना भ्रष्टाचाराचे पुरावे सापडलेल्या प्रकरणांमध्ये खटला चालवण्याची शिफारस करण्याचा अधिकार आहे. या शिफारशींमुळे भ्रष्टाचाराचे आरोप असलेल्या व्यक्तींवर कायदेशीर कारवाई केली जाऊ शकते. भ्रष्ट अधिकाऱ्यांना त्यांच्या कृत्यांसाठी जबाबदार धरण्यासाठी ही फिर्यादी शक्ती महत्त्वपूर्ण आहे.

३) व्हिसलब्लोअर संरक्षण :

लोकपाल प्रमाणेच लोकायुक्त हे भ्रष्टाचाराच्या प्रकरणांची तक्रार करणाऱ्या व्हिसलब्लोअर्सना संरक्षण देण्यासाठी जबाबदार असतात. बदल्याच्या भीतीशिवाय भ्रष्ट पद्धतींबद्दल माहिती देण्यासाठी व्यक्तींना प्रोत्साहित करण्यासाठी व्हिसलब्लोअरला संरक्षण आवश्यक आहे. व्हिसलब्लोअर्सची ओळख त्यांच्या सुरक्षिततेची खात्री करण्यासाठी गोपनीय ठेवली जाते.

४) अधिकार क्षेत्र :

लोकायुक्तांना त्यांच्या संबंधित राज्यांमधील लोकसेवकांबाबत अधिकार क्षेत्र आहे. यामध्ये राज्य विधानसभेचे सदस्य (आमदार), राज्य विधान परिषदेचे सदस्य (लागू असल्यास), राज्य सरकारी अधिकारी, राज्य सार्वजनिक क्षेत्रातील उपक्रमांचे कर्मचारी आणि इतर विविध राज्यस्तरीय अधिकारी यांचा समावेश होतो. लोकायुक्तांना राज्यस्तरीय भ्रष्टाचाराविरुद्ध एक शक्तिशाली शक्ती बनवून त्यांच्या कार्यक्षेत्रात अनेक व्यक्तींचा समावेश होतो.

५) मालमत्ता घोषणा :

लोकायुक्त त्यांच्या राज्यातील सार्वजनिक सेवकांसाठी मालमत्ता जाहीर करण्याच्या प्रक्रियेवरही देखरेख करतात. यामध्ये सार्वजनिक सेवकांनी त्यांची मालमत्ता आणि दायित्वे जाहीर केली आहेत याची खात्री करणे समाविष्ट आहे. भ्रष्टाचार दर्शवू शकणाऱ्या कोणत्याही असमान मालमत्ता ओळखण्यासाठी या घोषणांची छाननी केली जाते. मालमत्ता घोषणेची आवश्यकता सार्वजनिक सेवकांना भ्रष्ट व्यवहारांमध्ये गुंतण्यापासून रोखण्यासाठी प्रतिबंधात्मक उपाय म्हणून काम करते.

६) सल्लागार भूमिका :

लोकायुक्त प्रशासकीय प्रक्रिया सुधारण्यासाठी आणि त्यांच्या राज्यांमधील भ्रष्टाचार कमी करण्यासाठी सल्लागाराची भूमिका बजावतात. भ्रष्टाचार रोखण्यासाठी आणि पारदर्शकता वाढवण्यासाठी ते राज्य कायदे, धोरणे आणि कार्यपद्धतींमध्ये बदल करण्याची शिफारस करतात. या शिफारशी राज्य स्तरावरील धोरणकर्ते आणि सरकारी संस्थांसाठी मौल्यवान आहेत.

७) फास्ट–ट्रॅक तपास :

भ्रष्टाचाराची प्रकरणे वेळेत हाताळली जातील याची खात्री करून लोकायुक्तांनी तपास आणि चौकशी तातडीने करणे अपेक्षित आहे. संस्थेच्या परिणामकारकतेवर जनतेचा विश्वास टिकवून ठेवण्यासाठी प्रकरणे जलदपणे हाताळणे आवश्यक आहे.

८) दंड :

लोकायुक्तांना कोणी भ्रष्टाचारात दोषी आढळल्यास ते संबंधितांसाठी दंड आणि तुरुंगवासासह शिक्षेची शिफारस करू शकतात. भ्रष्ट लोकसेवकांना त्यांच्या कृत्यांसाठी जबाबदार धरण्यासाठी आणि इतरांना भ्रष्ट व्यवहारांमध्ये गुंतण्यापासून परावृत्त करण्यासाठी हे दंडात्मक उपाय महत्त्वपूर्ण आहेत.

९) वार्षिक अहवाल :

लोकायुक्तांनी राज्य सरकारला वार्षिक अहवाल सादर करणे आवश्यक आहे, त्यांच्या क्रियाकलापांची रूपरेषा आणि निष्कर्ष या अहवालात असतात. हे अहवाल पारदर्शकता आणि उत्तरदायित्व प्रदान करतात, ज्यामुळे नागरिक आणि धोरणकर्त्यांना लोकायुक्तांच्या कामगिरीचे आणि राज्य स्तरावरील भ्रष्टाचाराला संबोधित करण्यासाठी केलेल्या प्रगतीचे मूल्यांकन करता येते.

१०) प्रणालीगत सुधारणांसाठी शिफारसी :

लोकायुक्त त्यांच्या राज्यांच्या प्रशासनामध्ये पद्धतशीर सुधारणा करण्यासाठी शिफारस करू शकतात. भ्रष्टाचाराची मूळ कारणे दूर करणे, पारदर्शकता सुधारणे आणि सार्वजनिक उत्तरदायित्व वाढवणे हा या शिफारशींचा उद्देश आहे.

फ) लोकायुक्ताची कार्यपद्धती :

लोकायुक्ताच्या कार्यपद्धतीत पुढील घटकांचा सामावेश होतो :

१) तक्रारींचे निवारण :

घटक राज्यातील नागरिकांकडून मंत्री व शासकीय अधिकारी यांच्याविरूद्ध केलेल्या तक्रारींचे निवारण करण्याचे कार्य लोकायुक्ताकडून पार पाडले जाते. नागरी सेवेतील अधिकाऱ्यांकडून सत्तेचा गैरवापर होऊन इतरांवर अन्याय किंवा भ्रष्टाचार झाला, चारित्र्यहनन यासारखे दुष्कृत्य घडले, तर त्या संबंधीच्या तक्रारींचे निवारण करण्याचे कार्य लोकायुक्त पार पाडतो. सनदी सेवा, व्यापार, शेती, पोलीस, आरोग्य, शिक्षण, पाटबंधारे, सार्वजनिक बांधकाम इत्यादी खात्यातील अधिकाऱ्यांबाबत जेव्हा भ्रष्टाचाराच्या किंवा गैरकारभाराच्या तक्रारी येतात. तेव्हा त्या तक्रारींची दखल घेऊन त्यांचे निवारण लोकायुक्त करतो.

२) चौकशी व तपास :

तक्रारींचे निवारण करण्यासाठी लोकायुक्त चौकशी व तपास ही कार्ये पार पाडतो. लोकायुक्त स्वतःहून एखादया गैरकृत्याची दखल घेऊन त्याची चौकशी करू शकतो. तसेच वर्तमानपत्रातील बातम्या वाचून काही गैरव्यवहारांबाबत व गैरकृत्यांबाबत लोकायुक्त दखल घेऊ शकतो. लोकायुक्तांना तपास व चौकशी गुप्त पद्धतीने करावी लागते. तक्रार करणाऱ्या व ज्याच्या विरोधात तक्रार आहे अशा दोन्ही व्यक्तींची ओळख गुप्त ठेवावी लागते. तपासाचा विषय सार्वजनिक स्वरूपाचा असेल तरच त्यासंबंधी उघडपणे चौकशी व तपास करता येतो.

३) शिफारसी करणे :

तक्रारींची चौकशी आणि तपास केल्यानंतर भ्रष्टाचार व अन्याय दूर करण्यासाठी लोकायुक्त योग्य अशी शिफारस सक्षम अधिकाऱ्याकडे करतो. सक्षम अधिकाऱ्याने शिफारसीप्रमाणे योग्य ती कारवाई केली तर तो प्रश्न तेथेच संपतो. मात्र, सक्षम अधिकाऱ्याने दिलेला प्रतिसाद फारसा समाधानकारक नसेल, तर लोकायुक्त त्यासंबंधीचा अहवाल राज्यपालाकडे पाठवितो. राज्यपाल हा अहवाल विधिमंडळापुढे चर्चेसाठी ठेवतो.

४.१.४ केंद्रीय दक्षता आयोग :

भारतातील केंद्रीय दक्षता आयोग ही एक सर्वोच्च सरकारी संस्था आहे जी देशाच्या नोकरशाहीतील भ्रष्टाचारावर लक्ष ठेवते आणि सार्वजनिक प्रशासनात पारदर्शकता आणि उत्तरदायित्व सुनिश्चित करते. त्याची स्थापना १९६४ मध्ये भ्रष्टाचार प्रतिबंधक संथानम समितीच्या शिफारशींनुसार करण्यात आली.

अ) केंद्रीय दक्षता आयोगाची रचना :

भारतातील केंद्रीय दक्षता आयोगाची रचना भ्रष्टाचाराशी मुकाबला करण्यासाठी आणि सार्वजनिक प्रशासनात सचोटी व पारदर्शकता वाढवण्यासाठी जबाबदार असलेली सर्वोच्च संस्था म्हणून करण्यात आली आहे. पुढील मुद्द्यांच्या आधारे त्याचा आढावा घेता येईल :

१) केंद्रीय दक्षता आयुक्त :

केंद्रीय दक्षता आयुक्त हा आयोगाचा प्रमुख असतो आणि त्याची नियुक्ती भारताचे राष्ट्रपती करतात. केंद्रीय दक्षता आयुक्त चार वर्षांच्या कालावधीसाठी किंवा वयाची ६५ वर्षे पूर्ण होईपर्यंत, यापैकी जे आधी असेल तोपर्यंत कार्यरत असतो. केंद्रीय दक्षता आयुक्त केवळ संसदेद्वारे महाभियोगाद्वारे काढून टाकला जाऊ शकतो, ज्यामुळे कार्यकाळाबाबतचे स्वातंत्र्य सुनिश्चित होते. केंद्रीय दक्षता आयुक्त हे आयोगाच्या कार्यांवर देखरेख करण्यासाठी, त्याच्या क्रियाकलापांना मार्गदर्शन करण्यासाठी आणि त्याची उद्दिष्टे पूर्ण होत असल्याची खात्री करण्यासाठी जबाबदार आहे. आयुक्त बैठकी दरम्यान अध्यक्ष म्हणून काम करतात आणि विविध क्षमतांमध्ये आयोगाचे प्रतिनिधित्व करतात.

२) दक्षता आयुक्त :

केंद्रीय दक्षता आयोगामध्ये जास्तीत-जास्त दोन दक्षता आयुक्त असतात, ज्यांची नियुक्ती पंतप्रधान, गृहमंत्री आणि लोकसभेतील विरोधी पक्षनेते यांचा समावेश असलेल्या समितीच्या शिफारशीनुसार राष्ट्रपती करतात. संसदेचे कनिष्ठ सभागृह किंवा लोकसभेतील सर्वात मोठ्या विरोधी पक्षाचा नेता. केंद्रीय दक्षता आयुक्तांप्रमाणे, दक्षता आयुक्त चार वर्षांच्या कालावधीसाठी किंवा वयाची ६५ वर्षे पूर्ण होईपर्यंत, यापैकी जे आधी असेल ते पद धारण करतात. ते केंद्रीय दक्षता आयुक्ताला आयोगाची कार्ये पार पाडण्यास मदत करतात आणि निर्णय घेण्याच्या प्रक्रियेत भाग घेतात.

३) सचिव आणि इतर कर्मचारी :

केंद्रीय दक्षता आयोगामध्ये एक सचिव असतो जो मुख्य कार्यकारी अधिकारी म्हणून काम करतो आणि आयोगाच्या प्रशासन व दैनंदिन कामकाजासाठी जबाबदार असतो. याव्यतिरिक्त, केंद्रीय दक्षता आयुक्ताला विविध प्रशासकीय आणि तांत्रिक पार्श्वभूमीतील अधिकारी आणि कर्मचारी यांच्या टीमद्वारे समर्थन दिले जाते जे आयोगाची कार्ये पार पाडण्यासाठी मदत करतात. यामध्ये भारतीय प्रशासकीय सेवा (IAS), भारतीय पोलीस सेवा (IPS) आणि इतर नागरी सेवांमधील अधिकारी समाविष्ट आहेत.

४) सल्लागार समित्या :

दक्षता, भ्रष्टाचार प्रतिबंध किंवा आयोगाच्या कक्षेत येणाऱ्या इतर क्षेत्रांशी संबंधित विशिष्ट बाबींवर सल्ला देण्यासाठी केंद्रीय दक्षता आयोग आवश्यकतेनुसार सल्लागार समित्या किंवा उपसमित्यांची स्थापना करू शकतो.

ब) केंद्रीय दक्षता आयोगाची भूमिका आणि कार्ये :

केंद्रीय दक्षता आयोग ही भारतातील प्रमुख भ्रष्टाचारविरोधी संस्था आहे. सरकारी संस्थांच्या कामकाजात अखंडता, पारदर्शकता आणि उत्तरदायित्व वाढवण्यासाठी आणि भ्रष्टाचाराचा मुकाबला करण्यासाठी याची स्थापना करण्यात आली.

१) प्रतिबंधक भूमिका :

भ्रष्टाचाराचा मुकाबला करण्यासाठी प्रतिबंधात्मक भूमिका बजावणे हे केंद्रीय दक्षता आयोगाचे मुख्य कार्य आहे. सरकारी संस्थांमधील भ्रष्ट व्यवहारांना प्रतिबंध करण्याच्या उद्देशाने धोरणे आणि कार्यक्रम तयार करून व त्यांची अंमलबजावणी करून हे साध्य होते. या धोरणांमध्ये भ्रष्टाचाराची संभाव्य क्षेत्रे ओळखण्यासाठी नैतिक आचरण, सर्वोत्तम पद्धती आणि जोखीम मूल्यमापन यासंबंधी मार्गदर्शक तत्त्वे समाविष्ट असतात.

२) सल्लागार कार्य :

केंद्रीय दक्षता आयोग सरकारी संस्थांना भ्रष्टाचारविरोधी उपायांसाठी सल्ला आणि शिफारसी पुरवते. हे भ्रष्टाचाराचा धोका कमी करण्यासाठी अंतर्गत नियंत्रणे आणि प्रणाली मजबूत करण्यासाठी मार्गदर्शन देते. केंद्रीय दक्षता आयोगाची सल्लागार भूमिका सरकारी संस्थांना भ्रष्टाचारविरोधी प्रभावी धोरणे विकसित करण्यास आणि अंमलात आणण्यात मदत करण्यासाठी महत्त्वपूर्ण आहे.

३) पर्यवेक्षण आणि देखरेख :

केंद्रीय दक्षता आयोग विविध सरकारी विभाग आणि संस्थांमध्ये भ्रष्टाचारविरोधी उपायांच्या अंमलबजावणीवर लक्ष ठेवते. हे त्याच्या मार्गदर्शक तत्त्वांचे पालन सुनिश्चित करण्यासाठी आणि सुधारणा आवश्यक असलेली क्षेत्रे ओळखण्यासाठी तपासणी आणि पुनरावलोकन आयोजित करते.

४) तपासाची भूमिका :
केंद्रीय दक्षता आयोगाला सार्वजनिक सेवकांच्या भ्रष्टाचार आणि गैरवर्तनाच्या आरोपांची चौकशी करण्याचे तपास अधिकार आहेत. हे प्राथमिक चौकशी करू शकते, विभागीय तपासाची शिफारस करू शकते आणि गुन्हेगारी तपासासाठी कायद्याची अंमलबजावणी करणाऱ्या यंत्रणेकडे प्रकरणे पाठवू शकते.

५) अधिकार क्षेत्र :
केंद्रीय दक्षता आयोगाकडे केंद्र सरकारची मंत्रालये, विभाग आणि संस्थांवर अधिकार आहे. हे नागरी सेवक, सार्वजनिक क्षेत्रातील कर्मचारी आणि स्वायत्त संस्थांच्या कर्मचाऱ्यांसह केंद्र सरकारच्या कर्मचाऱ्यांच्या भ्रष्टाचार आणि गैरवर्तनाच्या प्रकरणांची चौकशी करू शकते.

६) व्हिसलब्लोअर संरक्षण :
भ्रष्टाचार आणि गैरवर्तनाची प्रकरणे नोंदवणाऱ्या व्हिसलब्लोअर्सचे संरक्षण करण्यात केंद्रीय दक्षता आयोग महत्त्वपूर्ण भूमिका बजावते. हे सुनिश्चित करते की ज्या व्यक्ती भ्रष्ट पद्धतींबद्दल माहिती घेऊन पुढे येतात त्यांना छळवणूक किंवा बदला यापासून संरक्षण दिले जाते.

७) पुनरावलोकन आणि मूल्यांकन :
भ्रष्टाचाराला कारणीभूत ठरणाऱ्या कमकुवत बाजू ओळखण्यासाठी केंद्रीय दक्षता आयोग सरकारी संस्थांमधील प्रणाली आणि कार्यपद्धतींचे पुनरावलोकन व मूल्यांकन करते. हा सक्रिय दृष्टीकोन संभाव्य त्रुटी दूर करण्यात आणि एकूणच प्रशासन सुधारण्यात मदत करतो.

८) फास्ट-ट्रॅक तपास :
भ्रष्टाचाराची प्रकरणे तत्परतेने हाताळण्यासाठी केंद्रीय दक्षता आयोगाने तपास आणि चौकशी जलद करणे अपेक्षित आहे. भ्रष्टाचाराचा प्रभावीपणे सामना करण्याच्या क्षमतेवर जनतेचा विश्वास राखण्यासाठी हा जलद मार्ग आवश्यक आहे.

९) खटल्यासाठी शिफारसी :
जेव्हा केंद्रीय दक्षता आयोगाला त्याच्या तपासादरम्यान भ्रष्टाचाराचे पुरावे सापडतात, तेव्हा ते गुंतलेल्या व्यक्तींविरुद्ध फौजदारी खटल्याद्वारे कायदेशीर कारवाई सुरू करण्याची शिफारस करते. या शिफारशींना खूप महत्त्व आहे आणि त्यामुळे भ्रष्ट अधिकाऱ्यांवर कारवाई होऊ शकते.

१०) मालमत्ता घोषणा :
केंद्रीय दक्षता आयोग हे सुनिश्चित करते की सार्वजनिक सेवकांनी त्यांची मालमत्ता आणि दायित्वे जाहीर केली आहेत. भ्रष्टाचाराचे निदर्शक असू शकतील अशा कोणत्याही असमान मालमत्ता ओळखण्यासाठी ते या घोषणांची छाननी करते. मालमत्तेची घोषणा करण्याची आवश्यकता हा एक प्रतिबंधात्मक उपाय आहे, भ्रष्ट पद्धतींविरूद्ध प्रतिबंधक म्हणून कार्य करते.

११) वार्षिक अहवाल :
केंद्रीय दक्षता आयोग भारताच्या राष्ट्रपतींना वार्षिक अहवाल सादर करते, त्याच्या क्रियाकलाप आणि निष्कर्षांची रूपरेषा त्या अहवालात असते. त्यानंतर हा अहवाल संसदेत सादर केला जातो, तो सार्वजनिक छाननीसाठी उपलब्ध होतो. वार्षिक अहवाल नागरिक आणि धोरणकर्त्यांना केंद्रीय दक्षता आयोगाच्या कामगिरीचे आणि भ्रष्टाचाराला संबोधित करण्यासाठी केलेल्या प्रगतीचे मूल्यांकन करण्याची परवानगी देऊन पारदर्शकता आणि जबाबदारी प्रदान करतो.

१२) इतर यंत्रणांशी सहकार्य :

केंद्रीय दक्षता आयोग भ्रष्टाचाराविरुद्धच्या लढ्यात प्रभावी समन्वय सुनिश्चित करण्यासाठी केंद्रीय अन्वेषण ब्यूरो (CBI) आणि राज्य दक्षता आयोगासारख्या इतर कायद्याची अंमलबजावणी करणाऱ्या यंत्रणांशी सहयोग करते. हा समन्वय प्रयत्नांच्या दुप्पटपणाला प्रतिबंधित करतो आणि तपासाला गती देतो.

१३) क्षमता वाढवणे :

केंद्रीय दक्षता आयोग विविध सरकारी संस्थांमधील अधिकाऱ्यांसाठी प्रशिक्षण आणि क्षमता-निर्माण कार्यक्रम आयोजित करते. या कार्यक्रमांचे उद्दिष्ट भ्रष्टाचारविरोधी उपायांबद्दल त्यांची समज वाढवणे आणि भ्रष्ट व्यवहार ओळखण्याची आणि अहवाल देण्याची त्यांची क्षमता सुधारणे हे आहे.

➯ ४.२ राजकारणी आणि सनदी सेवक संबंध :

भारतातील राजकारणी किंवा राजकीय कार्यकर्ते आणि सनदी सेवक यांतील परस्पर संबंध हे सनदी सेवेची स्वायत्तता आणि मंत्री परिषदीय जबाबदारी या तत्त्वांवर आधारीत आहेत. मंत्री हे लोकप्रतिनिधी असतात त्यामुळे ते जनतेला जबाबदार असतात तर सनदी सेवक हे शासनाचे प्रतिनिधी म्हणून मंत्र्यांना जबाबदार असतात. मंत्री हा खात्याचा राजकीय प्रमुख असतो तर सनदी सेवक हा प्रशासकीय प्रमुख असतो. त्यामुळे दोघांनी परस्पर समन्वय व सहकार्याने धोरण निर्मितीचे कार्य पार पाडणे आवश्यक असते.

अ) परस्पर संघर्षाचे क्षेत्र :

सर्वसाधारणपणे राजकारणी व सनदी सेवक यातील परस्पर संघर्ष निर्माण होणारे क्षेत्र किंवा प्रसंग पुढीलप्रमाणे सांगता येतील :

१) तटस्थतेच्या तत्त्वाचे उल्लंघन :

सनदी सेवकांनी राजकीय क्षेत्रापासून तटस्थ राहून कार्य करावे असे गृहित धरले जाते. मात्र, जेव्हा सनदी सेवक या तटस्थतेच्या तत्त्वाचे उल्लंघन करून विशिष्ट राजकीय पक्षाशी संबंध वाढवितो तेव्हा संघर्षाचे प्रसंग निर्माण होतात.

२) सनदी सेवकांची सल्लात्मक भूमिका :

धोरण निर्मितीच्या प्रक्रियेत सनदी सेवकांची भूमिका सल्लागाराची असते. मात्र, सनदी सेवक जनकल्याणाची व्यापक उद्दिष्ट बाजूला ठेवून वैयक्तिक स्वार्थासाठी राजकारण्यांशी जवळीक साधतो तेव्हा त्याची भूमिका प्रश्नांकित बनते.

३) सनदी सेवकांच्या कार्यातील हस्तक्षेप :

खात्याचा मंत्री हा राजकीय प्रमुख या नात्याने बऱ्याच वेळेस सनदी सेवकांच्या कार्यात हस्तक्षेप करतो. त्यांच्यावर दबाव टाकून आपल्या मर्जीप्रमाणे निर्णय घेण्यास भाग पाडतो. त्यामुळे सनदी सेवक व राजकारणी यात संघर्षाचे प्रसंग उद्‌भवतात.

४) अधिकार वाटपाच्या तत्त्वाचे पालन न करणे :

बऱ्याच खात्यांमध्ये अधिकार वाटपाचे किंवा विकेंद्रीकरणाचे तत्त्व पाळले जात नाही. राजकारणी सनदी सेवकांना त्यांच्या कार्याबाबत मोकळीक देत नाही तर सर्व अधिकार स्वत:कडे राखून ठेवतात. यातून केंद्रीरणाची प्रवृत्ती बळावते व सनदी सेवक आणि राजकारणी यातील संबंध बिघडतात.

५) सनदी सेवकांची बदली व नियुक्ती :

सनदी सेवकांच्या बदलीचे, बढतीचे, नियुक्तीचे व त्यांच्या कार्यक्षेत्रात बदल करण्याचे अधिकार राज्यकर्त्यांकडे असतात. एखादा सनदी सेवक आपल्या हिताच्या विरोधात कार्य करत असल्यास त्याच्या कार्यक्षेत्रात बदल केले जातात. यातून संघर्षाचे व तणावाचे प्रसंग उद्‌भवतात.

ब) मंत्री आणि नोकरशहा :

भारतीय प्रशासनात मंत्री आणि नोकरशहा यातील परस्पर संबंधांचा आढावा पुढील मुद्यांच्या आधारे घेता येईल:

१) मंत्री हा खात्याचा राजकीय प्रमुख असल्यामुळे तो काही विशिष्ट काळापर्यंतच सत्तेवर असतो. याउलट नोकरशहा किंवा सनदी सेवक हा प्रशासकीय अधिकारी असल्याने तो आपली सेवा समाप्त होईपर्यंत अधिकारपदावर असतो. त्यामुळे त्याला वेगवेगळ्या काळात वेगवेगळ्या राजकीय प्रमुखांशी जुळवून घ्यावे लागते.

२) मंत्री हा राजकारणी असतो व तो जनतेने निवडून दिलेला असल्याने जनतेचा प्रतिनिधी असतो. मात्र, तो कुशल प्रशासक नसतो. दुसऱ्या बाजूला सनदी सेवक जनतेचा प्रतिनिधी नसला तरी तो उत्तम प्रशासक असतो. त्यामुळे खात्याचा कारभार कोण चांगल्याप्रकारे पार पाडले हे सिद्ध करताना दोहोंमध्ये तणावाचे प्रसंग निर्माण होतात.

३) मंत्री हा ज्याप्रकारे जनतेस जबाबदार असतो तसाच तो कायदेमंडळास देखील जबाबदार असतो. त्यामुळे मंत्र्याकडे सत्तेचे केंद्रीकरण होणे सहाजिक ठरते. जनतेच्या प्रश्नांची उत्तरे मंत्र्याला द्यावी लागतात. त्यामुळे खात्याच्या कारभारावर मंत्र्याची जास्त सत्ता असते. सनदी सेवकांना प्रत्येक गोष्टीसाठी मंत्र्यावर अवलंबून रहावे लागते.

४) वास्तविकत: मंत्र्यांनी सनदी सेवकांचा प्रशासकीय अनुभव विचारात घेऊन त्यांना निर्णय प्रक्रियेत सहभागी करून घेणे आवश्यक आहे कारण एखाद्या निर्णयाबाबतचे बारकावे व अपेक्षित परिणाम हे सनदी सेवक चांगल्याप्रकारे स्पष्ट करू शकतात. मात्र, समन्वयाचा अभाव असल्यास धोरण निर्मितीत दोष राहून जातात.

५) मंत्र्यांद्वारे आखलेली काही धोरणे ही बऱ्याचदा जनकल्याणापेक्षा आपल्या राजकीय पक्षाच्या उद्दिष्टपूर्तीसाठी आखली जातात. अशावेळेस वरिष्ठ अनुभवी सनदी सेवकास अशी धोरणे कदापि न पटणारी असतात. त्यामुळे धोरणाची रूपरेषा ठरविताना वाद होणे सहाजिकच असते.

६) भारतात संसदीय लोकशाही पद्धती अस्तित्वात असल्यामुळे जनप्रतिनिधी या नात्याने धोरणांसाठी आपण पूर्णपणे जबाबदार आहेत अशी मंत्र्यांची भूमिका असते. त्यामुळे ते आपल्या सरकारच्या निर्णयानुसार धोरण आखतात. दुसऱ्या बाजूला चुकीच्या धोरणांचा पाठपुरावा करणे सनदी सेवकांसाठी चांगले नसते. कारण सत्ता परिवर्तन झाल्यावर नवीन मंत्री सनदी सेवकांच्या कार्यावर आक्षेप घेवू शकतो, कार्यवाही करू शकतो.

७) खात्याचा मंत्री हा लोकप्रिय नेता असल्यास तसेच तो त्याच्या पक्षातील सर्वात प्रभावी नेता असल्यास त्याच्या निर्णयाच्या विरोधात जाण्याचे धाडस अगदी वरिष्ठ सनदी अधिकारी देखील दाखवू शकत नाही. हा देखील या दोन पदाधिकाऱ्यांतील संबंधांचा एक महत्त्वाचा पैलू आहे.

८) भारतात भ्रष्टाचाराचे प्रमाण अधिक आहे. त्यामुळे बऱ्याच वेळेस मंत्री आणि नोकरशहा संघर्ष करण्याऐवजी परस्परांशी जवळीक साधतात. मंत्री सनदी अधिकाऱ्यांना प्रलोभने देवून आपल्या मर्जीप्रमाणे कामे करून घेतात. सनदी अधिकारी देखील व्यक्तिगत स्वार्थासाठी विरोधाची भूमिका न घेता आपला फायदा बघतात. अशा परिस्थितीत भ्रष्टाचाराची प्रकरणे दडपली जातात.

९) मंत्री आणि सनदी सेवकांतील संबंधांतील आणखी एक पैलू म्हणजे काही वेळेस मंत्री नवखे असतात व त्यांना प्रशासनाचा काहीही अनुभव नसतो. अशा परिस्थितीत मंत्र्यांना सनदी अधिकाऱ्यांच्या सल्ल्यावर जास्त विसंबून रहावे लागते. यातून सनदी सेवकांमध्ये उर्मटपणा व शिष्टाचार निर्माण होतो.

क) सौदार्यपूर्ण संबंधांची आवश्यकता :

भारतासारख्या संसदीय लोकशाही असणाऱ्या देशात राजकारणी व सनदी सेवक यातील तणाव नष्ट करून सौदार्यपूर्ण संबंध प्रस्थापित होणे आवश्यक आहे.

१) मर्यादित संसाधनांचा कार्यक्षम वापर :

भारतात नैसर्गिक व अन्य संसाधने मर्यादित स्वरूपात असल्यामुळे देशाच्या बऱ्याच भागात त्यांचा तुटवडा निर्माण होतो. अशा परिस्थितीत या मर्यादित संसाधनांचा अधिक कार्यक्षमपणे वापर करायचा असेल तर राजकारणी व सनदी सेवक यांनी परस्पर सामंजसाने कार्य करणे गरजेचे आहे. यातून एक सर्वसमावेशक स्वरूपाचे धोरण निर्माण होईल व सर्वांना संसाधनांचा लाभ प्राप्त करून देणे शक्य होईल.

२) प्रभावी अंमलबजावणी :

राजकारणी व सनदी सेवक यांच्यात परस्पर समन्वयाचा अभाव असल्याने कल्याणकारी धोरणांची प्रभावीपणे अंमलबजावणी होत नाही. त्यामुळे राजकीय इच्छाशक्ती सनदी सेवकांच्या दृढ निश्चयाशी जोडली गेली तर योजनांचे अपेक्षित परिणाम प्राप्त होतील. अनेक रखडलेल्या योजना मार्गी लागतील व जनतेस त्याचे लाभ मिळतील.

३) वेगवान सामाजिक–आर्थिक विकास :

विकसित देशांशी तुलना करता भारतात सामाजिक–आर्थिक विकासाचा वेग कमी आहे. या वेगास चालना देणे हे धोरणकर्त्यांच्याच हातात असते. त्यामुळे राजकारणी व सनदी सेवक यांनी परस्परांना शह देण्यासाठी व आपण श्रेष्ठ आहोत हे दाखविण्यासाठी कार्य करू नये. तर विकास प्रक्रियेस वेग देण्यासाठी अधिक कार्यक्षम धोरणांची आखणी करावी. यासाठी परस्परांशी जुळवून घेत सहकार्य व समन्वय साधावा.

४) सार्वजनिक धोरणांची यशस्वीता :

सार्वजनिक धोरणे अपयशी होण्यास राजकारणी व सनदी सेवक यातील तणावाची परिस्थिती बऱ्याचदा कारणीभूत ठरते. मात्र, राज्यकर्त्यांचा दूरदृष्टीकोन व सनदी सेवकांची कौशल्ये व निपुणता या दोन्ही गोष्टी धोरणाच्या यशस्वीततेसाठी आवश्यक असतात हे विचारात घेतले पाहिजे. या दोन्ही घटकांनी परस्परांच्या कार्यास अधिक पाठबळ देत धोरण यशस्वी केले पाहिजे.

५) राष्ट्रीय हिताची साध्यता :

भारतासारख्या विकसनशील देशांमध्ये राष्ट्रीय हित, राष्ट्राची प्राधान्यक्रमे व व्यापक राष्ट्रीय कल्याणाच उद्दिष्ट साध्य होण्यासाठी राजकारणी व सनदी अधिकारी यातील परस्पर विश्वास व परस्परांच्या कार्याचा आदर अतिशय महत्त्वाचा ठरतो. लोकशाही व नोकरशाही या दोन्ही प्रणाली परस्परांशी विसंगत आहे. मात्र, नोकरशाही ही लोकशाहीची मुलभूत गरज आहे हे तत्त्व नेहमी लक्षात ठेवणे गरजेचे असते.

➪ ४.३ प्रशासकीय भ्रष्टाचाराची समस्या :

भ्रष्टाचार हा भारतीय समाजात खोलवर रुजत चाललेला आहे. भ्रष्टाचाराच्या या समस्येने संबंधित भारतीय समाजास पोखरून काढले असल्याचे आढळून येते. भ्रष्टाचाराचा हा वटवृक्ष समस्येचे सावट पसविणारा आहे. हा वटवृक्ष उलटा आहे. कारण भ्रष्टाचाराच्या या वटवृक्षाच्या फांद्या खाली आणि त्याची मुळे वर आहेत. आज भारतीय समाजात सर्वत्र भ्रष्टाचाराचे लोण पसरले आहे. आधुनिक काळात भ्रष्टाचार हे सार्वजनिक जीवन आणि सार्वजनिक प्रशासनातील महत्त्वपूर्ण वैशिष्ट्य बनले आहे. भ्रष्टाचाराच्या घटना, व्याप्ती आणि परिणाम स्थलकाल सापेक्ष असल्याचे निदर्शनास येते. सामाजिक संरचनेचा एक भाग बनलेली ही भ्रष्टाचाराची समस्या सार्वत्रिक स्वरूपाची असून दिवसेंदिवस गंभीर बाब बनत चाललेली आहे.

४.३.१ अर्थ :

भ्रष्ट असा आचार म्हणजे भ्रष्टाचार होय. यात आपल्या स्थानाच्या अधिकाराचा गैरवापर करणे व संबंधित व्यक्तीची अडवणूक करणे, पैसा व इतर सेवा मिळविणे, एकूण शोषण करणे इत्यादी बाबींचा समावेश होतो. थोडक्यात म्हणजे स्वत:साठी, कुटुंबासाठी किंवा स्नेह्यांसाठी सार्वजनिक क्षेत्रातील सेवकाने द्रव्यलाभासाठी अथवा भौतिक लाभासाठी प्रत्यक्ष किंवा अप्रत्यक्षपणे एखादे कृत्य करणे किंवा कृत्य करण्यात टाळाटाळ करणे म्हणजे भ्रष्टाचार होय. उदा. एखादा डॉक्टर कार्यक्षम आहे. पण गरज नसताना एखाद्या व्यक्तीला ऑपरेशन करण्यास भाग पाडत असेल व अधिक पैसा गोळा करीत असेल तर अशा डॉक्टरांकडून करण्यात येणारे वर्तन म्हणजेच भ्रष्टाचार होय.

४.३.२ व्याख्या :

भ्रष्टाचाराच्या व्याख्या पुढीलप्रमाणे सांगता येतील :

१) संथानम आयोग (१९६४) :

''एखादे शासकीय पद वा सार्वजनिक जीवनातील प्रभावी पदाचा वा सत्तेचा दुरुपयोग, स्वार्थी हेतूने केला जाणारा वापर म्हणजे भ्रष्टाचार होय.''

२) 'न्ये' अर्थतज्ज्ञ यांच्या मतानुसार (१९६७) :

''सार्वजनिक अधिकार पदावर असलेल्या व्यक्तीचे स्वत:ला संपत्ती, प्रतिष्ठा किंवा सत्ता मिळावी यासाठी सार्वजनिक नियमांना डावलून केले जाणारे वर्तन म्हणजे भ्रष्टाचार होय.''

३) एलियट आणि मेरिल :

''भ्रष्टाचार म्हणजे पदावरील सत्ताधारी व्यक्तीकडून प्रत्यक्ष वा अप्रत्यक्षरीत्या व्यक्तिगत फायद्यासाठी विशिष्ट कर्तव्य करण्यात केली जाणारी कसूर होय.''

४) भारतीय राज्यघटनेच्या कलम १६१ नुसार :

''जो शासकीय (सनदी) सेवक आहे, त्याने आपल्या कायदेशीर वेतनाशिवाय दुसऱ्या व्यक्तीकडून आपल्या कामाबद्दल मान-सन्मानाची अपेक्षा बाळगणे, इनाम (बक्षिसी) स्वीकारणे व त्याचा मोबदला म्हणून संबंधित व्यक्तीसाठी अपकारक किंवा हानिकारक वर्तन करणे म्हणजे भ्रष्टाचार होय.''

५) डी. एच. बेला :

''खासगी लाभ करून धनसंपत्ती साठविणे म्हणजे भ्रष्टाचार होय.''

४.३.३ भ्रष्टाचाराची कारणे :

भारतीय समाजात भ्रष्टाचाराची समस्या दिवसेंदिवस अधिक वाढत चालली असल्याचे निदर्शनास येते. समाजशास्त्रज्ञांनी भ्रष्टाचाराचे मूळ टंचाई, लोभ व सत्तेची महत्त्वाकांक्षा या तीन बाबीत आहे असे मत नोंदविले आहे. म्हणूनच दिवसेंदिवस वाढत चाललेल्या भ्रष्टाचाराच्या समस्येचे निवारण करण्यासाठी भ्रष्टाचाराची कारणमीमांसा करणे आवश्यक ठरते. कारण कमी कष्टात किंवा विना कष्टात पैसा, संपत्ती, बक्षिसे, सन्मान इत्यादी गोष्टींचा हव्यास वाढत गेल्यानेच भ्रष्टाचार वाढत चाललेला आहे. भारतीय समाजाच्या संदर्भात भ्रष्टाचार ही अतिशय चिंताजनक बाब बनलेली आहे. प्राचीन काळापासून भ्रष्टाचार हे सार्वजनिक जीवन आणि सार्वजनिक प्रशासनातील वैशिष्ट्यच बनले आहे. भ्रष्टाचाराच्या घटना व्याप्ती आणि परिणाम हे स्थलकाल सापेक्ष असलेले दिसतात. मर्टनने भ्रष्टाचाराचे कारण सामाजिक संरचनेत दडलेले असते हे स्पष्ट केले आहे. भ्रष्टाचाराची कारणे पुढीलप्रमाणे :

१) राजकीय प्रभाव :

राजकीय क्षेत्रात मोठ्या प्रमाणात भ्रष्टाचार दिसून येतो. आधुनिक समाज जीवनात राज्यसंस्था सर्वांत प्रबळ असल्याने राजकीय नेते समाज जीवनाचे नियंत्रण करतात. राजकीय क्षेत्रात सर्वच ठिकाणी पक्षीय राजकारण,

दलबदल चालू असतो. त्यामुळे भ्रष्टाचाराला चालना मिळते. कारण राजकीय स्थिरतेचा अभाव असल्याने राजकारणी आपापसात भांडतात. राज्यव्यवस्थेकडे त्यांचे लक्षच नसते. केवळ सत्ता संघर्षच त्यांचे ध्येय असते. समाजावर त्यांचे नियंत्रण नसल्यामुळे समाज भ्रष्टाचारी बनतो. आधुनिक जगात देशातील लहानांपासून सर्वोच्च स्तरावरील भ्रष्टाचारामागे राजकीय आश्रय असल्याचे दिसून येते. राजकीय आश्रयामुळेच भ्रष्टाचार वाढतो.

२) व्यापार क्षेत्रातील स्पर्धात्मक युग :

भ्रष्टाचार वाढण्याचे सर्वात मुख्य कारण म्हणजे व्यापारिक क्षेत्रात असलेली स्पर्धा होय. व्यापारातील स्पर्धांमुळे उद्योजक भ्रष्टाचार करण्यास प्रवृत्त होतो. स्पर्धा करताना काही उद्योजक घातक मार्गांचा अवलंब करून पैसे मिळविण्याचा प्रयत्न करतात. सरकारी अधिकाऱ्यांना लाच देऊन कर चुकविण्याचा प्रयत्न करतात. बनावट कागदपत्रे तयार करून मोठ्या रकमेची कर्जे सरकारकडून घेतली जातात. त्यामुळे लाखो रुपये मिळविण्याचा ते प्रयत्न करतात.

३) पैशाचे वाढते महत्त्व :

भ्रष्टाचाराचे एक कारण म्हणजे पैशाला दिले जाणारे अमाप महत्त्व होय. समाजात आपली प्रतिष्ठा वाढविण्यासाठी आणि मानसन्मान प्राप्त करण्यासाठी कोणत्याही भ्रष्ट मार्गाने संपत्ती गोळा करण्यात श्रीमंतांना कोणताही गैरप्रकार वाटत नाही. झटपट श्रीमंत बनण्यासाठी आणि स्पर्धात्मक युगात वापरण्यासाठी भ्रष्टाचाराचा मार्ग अवलंबिला जातो. अर्थप्राप्ती हे साधन मानले जाते आणि ते जीवनाचे अंतिम साध्य मानल्यामुळे भ्रष्टाचाराची प्रवृत्ती वाढली आहे.

४) कमी वेतन :

सरकारी पदावर काम करणाऱ्या व्यक्तींना जर कमी वेतन असेल तर आपला उदरनिर्वाह भागविणे त्यांना कठीण जाते. वेतन अगदीच कमी असल्याने भ्रष्टाचारी भावनेची निर्मिती होते. त्यामुळे गैरमार्गाने पैसा मिळविण्याचा ते प्रयत्न करतात. सरकारी पदावरील अगदी खालच्या व्यक्तीपासून वरिष्ठ अधिकाऱ्यांपर्यंत भ्रष्टाचाराची प्रवृत्ती दिसून येते. वरिष्ठ लाच स्वीकारतात ती शिपायांमार्फतच आपले राहणीमान वाढावे, भविष्याची बऱ्यापैकी तरतूद करून ठेवावी, श्रीमंतांसारखे आपणही बनावे या भावनेतून गरीब किंवा आर्थिकदृष्ट्या कमकुवत लोक भ्रष्टाचाराचा मार्ग अवलंबतात.

५) जाहिरातीचे युग :

आधुनिक काळात जाहिरात करणे ही सर्वसामान्य पद्धत बनली आहे. नवनवीन जाहिराती तसेच जाहिरातींचे नवीन तंत्र उदयास येत आहे. जाहिरातींद्वारे उद्योजक आपल्या निर्मित वस्तू लोकांपर्यंत सहजपणे पोहोचवितात. त्यामुळे उद्योगधंदा आणि उद्योजक यांच्यात मोठी स्पर्धा सुरू असलेली दिसते. आपल्या मालाच्या विक्रीसाठी आणि प्रचारासाठी ते अयोग्य अशा साधनांचा वापर करतात. वर्तमानपत्र, पोस्टर्स, रेडिओ, टी. व्ही., सिनेमाद्वारे अशा जाहिराती पसरविल्या जातात. अनेक बोगस कंपन्या जास्तीत जास्त व्याजदराचे आकर्षण दाखवून सर्वसामान्य लोकांना ठेवी ठेवण्यास प्रवृत्त करतात. उद्योजक अशा खोट्या जाहिराती देऊन लोकांची फसवणूक करतात. अशा तऱ्हेचा भ्रष्टाचार हा समाजाच्या दृष्टीने घातकच असतो. भ्रष्टाचाराचा हा एक नवीन मार्ग आहे.

६) वाढते आधुनिकीकरण आणि नागरीकरण :

आधुनिक युगातील औद्योगिक समाजात आधुनिकतेबरोबर भ्रष्टाचारही वाढत आहे. समाजातील मूलभूत सामाजिक- नैतिक मूल्ये कालबाह्य ठरत आहेत. प्रामाणिकपणा, श्रममूल्य, बुद्धिप्रामाण्य यांचे महत्त्व कमी होऊन व्यसनाधीनता व लाचारी वाढत आहे. आधुनिकीकरणाचा विपरीत परिणाम माणसाच्या मनावर होत असल्याने भ्रष्टाचार वाढीस लागतो. औद्योगिकीकरण वाढल्यामुळे साहजिकच नागरीकरण वाढले आहे. ग्रामीण भागातील

लोक मोठ्या प्रमाणात शहरात स्थलांतरित होत असल्यामुळे त्यांच्या प्राथमिक गरजा भागल्या जात नाहीत. म्हणून ते भ्रष्टाचार करण्याचा प्रयत्न करतात. त्यामुळे आधुनिकीकरण आणि नागरीकरण हे भ्रष्टाचार वाढण्याचे एक कारण मानले जाते.

७) व्यक्तिवादी विचारसरणी :

समाजात वावरताना काही व्यक्ती फक्त स्वार्थाचाच विचार करतात आणि समाजकल्याण बाजूला ठेवून भ्रष्टाचारास प्रवृत्त होतात. सामाजिक विनिमयातील संबंध प्रधानता बदलून त्याऐवजी अर्थ प्रधानता आली आणि त्यातूनच भ्रष्टाचार वाढला. अशाप्रकारे व्यक्तिवादी विचारसरणीतून भ्रष्टाचारास चालना मिळाली.

८) कायद्याची कमकुवत अंमलबजावणी :

भ्रष्टाचारासंबंधी शासनाने अनेक कायदे केले आहेत. भ्रष्टाचार करणाऱ्यांना पकडण्यासाठी यंत्रणाही निर्माण केल्या आहेत; परंतु या कायद्याची अंमलबजावणी व्यवस्थित होत नाही. भ्रष्टाचार करणारे बहुतेक लोक एकमेकांना अप्रत्यक्षपणे मदत करतात. शासकीय यंत्रणा त्यांना प्राप्त झालेल्या अधिकारांचा पूर्ण वापर करीत नसल्याने भ्रष्टाचारी लोकांचा वर्ग कायम राहतो. काही वेळेला कायद्याची अंमलबजावणी करणारेच भ्रष्टाचारात सहभागी झालेले असतात.

९) कडक शिक्षा नसणे :

बऱ्याच वेळा शासकीय खात्यात भ्रष्टाचारी कर्मचाऱ्यांना मुद्देमालासह पकडले जाते; परंतु त्यावेळी त्यांना कडक शिक्षा न करता केवळ त्यांची बदली करण्यावर भर दिला जातो. भ्रष्टाचारात सापडूनही शिक्षा होत नाही. त्यामुळे भ्रष्टाचार करण्यात काहीच हरकत नाही अशी प्रवृत्ती बनत जाते. भ्रष्टाचाराचे सामूहिक स्वरूप पुराव्याअभावी निर्दोष मुक्तता करणे किंवा नाममात्र दंड करणे यामुळे भ्रष्टाचारी प्रवृत्ती कमी न होता तिला उत्तेजन मिळत असते. भ्रष्टाचारी लोकांना जर शासनाने कडक शिक्षा केली तर भ्रष्टाचारी प्रवृत्ती कमी होण्यास त्याची मदत होईल.

१०) वाढती लोकसंख्या :

भारतीय समाजात इतर प्रगत राष्ट्रांच्या तुलनेत लोकसंख्येचे प्रमाण प्रचंड वाढलेले आहे. वाढत्या लोकसंख्येमुळे नोकरदारांचा पुरवठा मागणीपेक्षा वाढला आहे. त्यामुळे बेरोजगारीचा प्रश्न निर्माण झाला आहे. हिच स्थिती शाळा, महाविद्यालयात प्रवेश मिळण्यात देखील झाली आहे. त्याचप्रमाणे वाढत्या लोकसंख्येमुळे कुटुंबाचा आकार व गरजा देखील वाढल्या आहेत. या गरजांची पूर्तता करण्यासाठी भ्रष्टाचाराचा मार्ग राजरोसपणे अवलंबिला जात आहे.

११) कर पद्धती :

राज्यकारभाराचा गाडा हाकण्याकरिता शासनाकडून विविध कर आकारले जातात. या कर पद्धतींची झळ सर्वांनाच कमी-अधिक प्रमाणात सोसावी लागते. त्यामुळे कर चुकविण्याच्या विविध पळवाटा शोधल्या जातात. त्यामुळे प्रत्यक्षात अधिक पैशाचे व्यवहार असले तरी कागदोपत्री कमी पैशाची कागदपत्रे दाखविणे, खासगी उत्पन्न शासनाला न दाखविणे, शासनाला कर न देता बिनहिशेबी पैसा जमा करणे इत्यादी प्रकारे भ्रष्टाचार केला जातो. तसेच व्यावसायिक व व्यापारी हे भरपूर उत्पन्न असूनही अत्यल्प उत्पन्न दाखवून कर चुकवितात तर तिकीट लावून पगार घेणाऱ्या नोकरदार वर्गाकडून आधीच कर कापून घेतला जातो. त्यामुळे कर पद्धतीतील ही विषमता भ्रष्टाचारास कारणीभूत ठरते.

१२) लोकशाही निवडणुका :

भारतात लोकशाही शासनव्यवस्थेचा स्वीकार करण्यात आलेला आहे. त्यामुळे लोकशाही शासनव्यवस्थेतील निवडणुका या मोठ्या प्रमाणात भ्रष्टाचारास कारणीभूत ठरतात. कारण लोकप्रतिनिधी म्हणून निवडून गेलेली प्रत्येक व्यक्ती आपल्या स्थानावरून सत्तेचा, अधिकाराचा दुरुपयोग करून काळा पैसा गोळा करण्याचा गोरखधंदा

चालवीत असल्याचे निदर्शनास येते. निवडणुकीच्या वेळी खर्च करण्यात आलेला पैसा व्याजासह अधिक पटीने भरून काढणे हा मुख्य उद्देश समोर ठेवूनच लोकप्रतिनिधी राजरोसपणे भ्रष्टाचार करतात.

१३) सामाजिक परिस्थिती :

भ्रष्टाचाराची समस्या ही दुहेरी समस्या आहे. भ्रष्टाचाराच्या प्रमुख कारणांमध्येच सामाजिक परिस्थितीचा देखील समावेश होतो. समाजातील अवैध कामात गुंतलेले लोक मोठ्या प्रमाणात भ्रष्टाचारास आमंत्रण देत असतात. तसेच समाजातील वाढती स्पर्धा व त्या स्पर्धेची आत्यंतिकता भ्रष्टाचारास प्रवृत्त करणारी आहे. त्यासाठी व्यक्ती स्वत: भ्रष्टाचाराचा मार्ग अवलंबिते आणि दुसऱ्यासही भ्रष्टाचाराचा मार्ग अवलंबिण्यासाठी प्रवृत्त करते.

४.३.४ भ्रष्टाचाराचे परिणाम :

भारतातील भ्रष्टाचाराचा समाज, अर्थव्यवस्था, प्रशासन आणि विकासाच्या विविध पैलूंवर व्यापक प्रभाव पडतो. भारतातील भ्रष्टाचाराचे परिणाम पुढील मुद्यांच्या आधारे जाणून घेता येतील :

१) आर्थिक नुकसान :

भ्रष्टाचारामुळे संसाधनांचे चुकीचे वाटप, अकार्यक्षम निर्णयक्षमता आणि व्यवसाय करण्याच्या खर्चात वाढ होते. सार्वजनिक कल्याणकारी प्रकल्पांसाठीचा निधी भ्रष्ट अधिकारी आणि व्यक्तींच्या खिशात जातो व आर्थिक वृद्धी आणि विकासाला बाधा येते. या आर्थिक नुकसानामुळे गुंतवणूक, नवकल्पना आणि एकूण उत्पादकता कमी होते.

२) सामाजिक असमानता :

भ्रष्टाचारामुळे आरोग्यसेवा, शिक्षण आणि न्याय यासारख्या अत्यावश्यक सेवांमध्ये अडथळा निर्माण होऊन सामाजिक असमानता वाढते. भ्रष्ट प्रथा अनेकदा समाजातील उपेक्षित घटकांचे नुकसान करतात, गरीबी कायम ठेवतात आणि श्रीमंत व गरीब यांच्यातील दरी रुंदावतात.

३) संस्थांना कमजोर करणे :

भ्रष्टाचारामुळे प्रशासन, कायद्याची अंमलबजावणी आणि सार्वजनिक सेवा वितरणासाठी जबाबदार असलेल्या संस्थांची विश्वासार्हता आणि परिणामकारकता नष्ट होते. हे कायद्याचे राज्य कमी करते, नियामक चौकट कमकुवत बनविते आणि लोकशाही संस्थांवरील जनतेचा विश्वास कमी करते. यामुळे एकूणच प्रशासनाची रचना कमकुवत होते आणि लाचखोरीची संस्कृती वाढीस लागते.

४) विकासात अडथळा आणणे :

भ्रष्टाचार हा शाश्वत विकास उपक्रमांमध्ये महत्त्वपूर्ण अडथळा म्हणून काम करतो. हे पायाभूत सुविधांचा विकास, पर्यावरण संवर्धनाचे प्रयत्न आणि दारिद्र्य निर्मूलन कार्यक्रमांना अडथळा आणते. विकास प्रकल्पांसाठी वाटप करण्यात आलेला निधी भ्रष्ट पद्धतींद्वारे लुटला जातो, महत्त्वाच्या क्षेत्रातील प्रगतीस विलंब होतो किंवा रुळावरून घसरली जाते.

५) परकीय गुंतवणुकीला अडथळा :

भ्रष्टाचारामुळे एक प्रतिकूल व्यावसायिक पर्यावरण निर्माण होते जे परदेशी गुंतवणूकदारांना परावृत्त करते आणि आंतरराष्ट्रीय व्यापार संबंधांना बाधा आणते. कंपन्यांना खंडणी, लाच मागणे आणि अयोग्य स्पर्धा, गुंतवणुकीला परावृत्त करणे आणि आर्थिक वृद्धीस अडथळा निर्माण करणे यांचा सामना करावा लागतो.

६) विकृत सार्वजनिक प्राधान्ये :

भ्रष्टाचार सार्वजनिक धोरणांचे प्राधान्यक्रम विकृत करतो; ज्यामुळे आरोग्यसेवा, शिक्षण आणि सामाजिक कल्याण यासारख्या आवश्यक क्षेत्रांकडे दुर्लक्ष होते. सामाजिक गरजा पूर्ण करण्याऐवजी भ्रष्ट अधिकाऱ्यांना वैयक्तिक

फायदा मिळवून देणाऱ्या प्रकल्पांकडे संसाधने वळविली जाऊ शकतात.

७) नैतिक मूल्यांचा ऱ्हास :

भ्रष्टाचारामुळे समाजात अप्रामाणिकता, अनैतिक वर्तन आणि नैतिक ऱ्हासाची संस्कृती कायम राहते. हे नैतिक मूल्यांना क्षीण करते आणि सामाजिक एकसंधतेचा पाया नष्ट करते, ज्यामुळे नागरिकांमधील सचोटी आणि विश्वास कमी होतो.

८) राजकीय अस्थिरता :

संरक्षक जाळे, कुरघोडी आणि निवडणूक गैरव्यवहारांना प्रोत्साहन देऊन भ्रष्टाचार राजकीय अस्थिरता वाढवतो. हे लोकशाही प्रक्रियांना कमजोर करते, निवडणूक प्रणालीच्या अखंडतेशी तडजोड करते आणि राजकीय ध्रुवीकरण व सामाजिक अशांततेला हातभार लावते.

४.३.५ भ्रष्टाचार निवारणासाठी उपाययोजना :

सामान्य माणसे, बुद्धिवंत, चारित्र्यनिष्ठ माणसे, समाजाबद्दल कणव असणारी माणसे, विद्यार्थी, युवक, गृहिणी, भ्रष्टाचाराच्या विळख्यात अडकत असतात. त्यामुळे या सर्वसामान्यांचे जीवन अक्षरश: भरडून निघते. म्हणूनच भारतीय समाजात विविध समस्यांचा उद्भव करणाऱ्या आणि सामान्य माणसाचे जीवन उद्ध्वस्त करू पाहणाऱ्या या भ्रष्टाचाराचे निवारण करण्यासाठी भ्रष्टाचाराच्या कारणांचा शोध घेऊन त्यावर उपाययोजना म्हणून त्यासाठी प्रतिबंधात्मक, दंडात्मक आणि सुधारात्मक अशा त्रिविध स्वरूपाच्या उपाययोजनांचा विचार केला गेला आहे. या उपाययोजनांमुळे काही प्रमाणात का होईना भ्रष्टाचारास आळा बिसला आहे.

अ) भ्रष्टाचार निवारणासाठीच्या उपाययोजना :

भ्रष्टाचार निवारणासाठी करण्यात आलेल्या उपाययोजना पुढीलप्रमाणे सांगता येतील :

१) प्रतिबंधात्मक उपाय :

भारतीय भ्रष्टाचार प्रामुख्याने राजकीय व प्रशासकीय क्षेत्रात आढळून येतो. त्यामुळे भ्रष्टाचार निवारणासाठी करण्यात आलेल्या उपाययोजनेनुसार या दोन्ही क्षेत्रातील जबाबदार व्यक्तींचे अधिकार व कर्तव्य याबाबत स्पष्ट, नि:संदिग्ध भाषेत व कडक स्वरूपाचे नियम असणे आवश्यक ठरते. उदा. संबंधित व्यक्तींनी आपली मालमत्ता जाहीर करणे, मंत्र्यांनी मंत्रीपदावर असताना कोणत्याही प्रकारचा व्यापार, उद्योग करू नये, जवळचे नातेवाईक सोडून इतरांकडून भेटवस्तू, बक्षिसे घेऊ नयेत इत्यादी बाबींचे पालन करणे बंधनकारक असावे. तर प्रशासकीय क्षेत्रातील अधिकारी व कर्मचारी आवश्यक ते गुणवत्ताधारी, शिस्त व निष्ठा असणारे असावेत. त्यांच्या अधिकाराच्या व जबाबदारीच्या सीमारेषा स्पष्ट असाव्यात. याखेरीज प्रशासकीय क्षेत्रातील अधिकारी, नोकर यांची निवड करताना योग्य निकष लावण्यात यावेत. त्याबरोबरच पुरेसे वेतन आणि आवश्यक त्या सवलती देण्यात याव्यात. तसेच ही व्यक्ती स्वच्छ आणि जनहिताची काळजी घेणारी, न्याय प्रवृत्तीची असावी.

२) दंडात्मक उपाय :

भारतातील भ्रष्टाचाराचे निवारण करण्यासाठी करण्यात आलेल्या विविध उपाययोजनांमध्ये दंडात्मक उपाययोजना देखील करण्यात आल्या आहेत. भ्रष्टाचाराचे वाढते स्वरूप लक्षात घेता या समस्येची सर्वांगीण चौकशी करण्याच्या दृष्टीने भ्रष्टाचाराविरोधी आयोग १९६२ मध्ये नेमण्यात आले आहेत. त्यानुसार एखाद्यावर भ्रष्टाचाराचे आरोप केले जाऊन ते सकृतदर्शनी खरे वाटले, तर त्याची न्यायालयीन चौकशी करण्यात येते. ही न्यायलयीन चौकशीची पद्धत स्पष्टपणे सोपी-सुटसुटीत असावी. कारण भ्रष्टाचारी व्यक्तीस शिक्षा झाली तर तिचा प्रभाव या व्यक्तीबरोबरच इतरांवरही जाणवतो. यामुळे आपोआपच भ्रष्टाचारास आळा बसतो.

३) सुयोग्य शिक्षण :

सार्वजनिक क्षेत्रातून भ्रष्टाचाराचे समूळ उच्चाटन करण्यासाठी देशातील तरुणांना उपयुक्त आणि सुयोग्य शिक्षण देणे अतिशय महत्त्वाचे ठरते. कारण नैतिक शिक्षणातून भ्रष्टाचाराला पायबंद घालणे अधिक सुलभ होईल, ज्यामुळे विविध कार्यालये, संस्था, संघटना यातील भ्रष्टाचार निर्मूलनास मदत होते. तसेच या सुयोग्य शिक्षणातून जीवनविषयक मूल्ये, प्रामाणिकपणा, सत्य, अहिंसा, कर्तव्यनिष्ठा इत्यादी बाबी व्यक्तीच्या मनावर बिंबवल्या जातात. अशी व्यक्ती आपसूकच भ्रष्टाचारापासून परावृत्त होते.

४) केंद्रीय सतर्कता आयोग :

भ्रष्टाचार निर्मूलनासाठी नेमण्यात आलेल्या संथानम समितीच्या शिफारशीनुसार १९६४ साली शासनाने केंद्रीय सतर्कता आयोगाची स्थापना केली आहे. या सतर्कता आयोगाचे काम केंद्राप्रमाणे राज्य जिल्हा पातळीवर चालते. या आयोगाची निर्मिती राष्ट्रपतींकडून होते व त्याची मुदत ६ वर्षे असते. सनदी सेवेतील अधिकाऱ्यांवर भ्रष्टाचाराचा आरोप घेतला गेला व त्याने भ्रष्टाचार केला असला तर त्याची चौकशी करणे, जनतेने भ्रष्टाचार, लाचलुचपत याबाबत केल्या तक्रारीची चौकशी करणे, भ्रष्टाचार होणार नाही याबाबत प्रतिबंधक कार्य करणे, प्रशासकीय कार्यात समन्वयता साधणे, प्रशासकीय कार्यपद्धतीत सुधारणांबाबत शिफारशी करण्यावर या आयोगाने भर दिला आहे.

५) कायदेशीर तरतुदी :

व्यापार आणि उद्योग इत्यादी क्षेत्रात कायद्याचे उल्लंघन करून आपली कामे करवून घेण्यासाठी मंत्री आणि अधिकाऱ्यांना लाच देण्याचे प्रकार राजरोसपणे चालतात. काळा बाजार, भेसळ करणाऱ्यांना कोणतीही शिक्षा न करता सोडून दिले जाते. उद्योजकांनाही कर बुडविण्यात अप्रत्यक्षपणे अधिकारी प्रोत्साहन देत असतात आणि त्या बदल्यात आपला स्वार्थ साधतात. या सर्व बाबी लक्षात घेऊन व्यापार आणि उद्योग या क्षेत्रात भ्रष्टाचार करणाऱ्यांना शिक्षेची तरतूद करण्यासंबंधी परिणामकारक कायद्यांची निर्मिती करण्यावर भर दिला आहे.

६) पोलीस खात्यात सुधारणा :

पोलीस खात्यातील भ्रष्टाचार म्हणजे कुंपणानेच शेत खाण्याचा प्रकार आहे. या खात्यात सर्वाधिक प्रमाणावर भ्रष्टाचार चालत असल्याने शासनाने त्याची चौकशी करण्यासाठी अनेक चौकशी समित्या नेमल्या आहेत. समाजविघातक घटकांना पाठीशी घालून भ्रष्टाचारास आमंत्रण देणाऱ्या पोलीस खात्यात सुधारणा होणे गरजेचे आहे. कारण पोलीस खाते जागरूक असेल तर आपसूकच भ्रष्टाचारास आळा बसेल.

७) मंत्रालयातील सतर्कता संघटन :

संथानम समितीच्या शिफारशीनुसार प्रत्येक शासकीय खात्यातील कार्यात संघटन, एकात्मता व कार्यक्षमता वाढविण्यासाठी केंद्रीय सतर्कता संघटना (Vigilance Organisation in Ministery) स्थापन करण्याची सूचना करण्यात आली आहे. प्रत्येक खात्याच्या प्रमुख सचिवाला मुख्य सतर्कता अधिकारी (Chief Vigilance Officer) हा हुद्दा देण्यात यावा. त्यामुळे केंद्रीय सतर्कता आयोग व संबंधित खाते यांच्यात संबंध साधणारी साखळी निर्माण होईल व भ्रष्टाचारास आळा घालण्याचे काम सुलभ व प्रभावी होईल. अशा प्रकारे प्रत्येक मंत्रालयात मुख्य सतर्कता अधिकाऱ्याद्वारे भ्रष्टाचार निर्मूलनाचे कार्य प्रभावीपणे व सुसंघटितपणे होण्यास मदत होते.

८) केंद्रीय अन्वेषण विभाग :

१९६३ साली केंद्रीय अन्वेषण विभाग म्हणजे सी.बी.आय (Central Bureau of Investigation) ची स्थापना करण्यात आली आणि विशेष पोलीस आस्थापना (Special Police Establishment) हा विभाग सी.बी.आय.चा एक भाग मानण्यात येऊ लागला. महत्त्वाच्या गुन्ह्यांबरोबरच राज्य पातळीवरील सेवक वर्गाकडून

होणाऱ्या भ्रष्टाचाराची, सार्वजनिक उद्योगातील भ्रष्टाचाराची चौकशी सी.बी.आय.कडे सोपविली जाते. सी.बी. आय. केंद्रीय सतर्कता आयोगाच्या नियमानुसार काम करते. मात्र आजघडीस सी.बी.आय.चे स्वातंत्र्य मर्यादित करण्यात आले आहे, तसेच त्यांना खात्याच्या प्रमुखाची परवानगी घेतल्याशिवाय भ्रष्टाचाराची वा भ्रष्टाचारी व्यक्तीची चौकशी करता येत नाही.

९) लोकपाल व लोकायुक्त विधेयक :

प्रशासकीय सुधार आयोगाने १९६६ साली भ्रष्टाचाराच्या निर्मूलनार्थ राज्यस्तरावर लोकायुक्ताची व केंद्रीय स्तरावर लोकपालाची नियुक्ती करण्याची सूचना केली होती. त्यानुसार आतापर्यंत १० राज्यात लोकायुकत ही संस्था स्थापन करण्यात आली आहे. राज्यातील मंत्री, सचिव अशा उच्चस्तरीय लोकप्रतिनिधी, अधिकाऱ्यांवर भ्रष्टाचाराचे आरोप झाले असता लोकायुक्त या अधिकाऱ्यांनी निर्भीडपणे, निःपक्षपातीपणे चौकशी करावी अशी सूचना करण्यात आली आहे. अशाच कार्यासाठी केंद्रीय स्तरावर लोकपालाने कार्य करावे अशी सूचना करण्यात आली आहे.

१०) निवडणूक आयोग :

भ्रष्टाचाराचे एक कारण म्हणजे भारतातील निवडणुका आहेत. त्यातील भ्रष्टाचारावर प्रभावी प्रतिबंध घालण्यासाठी घटनेनेच कार्यक्षम व कर्तव्यकठोर निवडणूक आयोगास अनेक अधिकार दिले आहेत. टी.एन. शेषन यांसारख्या कर्तव्यकठोर निर्वाचन आयोग प्रमुखाने आपल्या अधिकाराचा अधिकात अधिक निःपक्षपातीपणाने वापर करून आचारसंहिता लागू करून निवडणुकीतील भ्रष्टाचारावर प्रभावी आळा घातला आहे.

ब) अन्य उपाययोजना :

भ्रष्टाचार निवारणासाठीच्या अन्य उपाययोजना पुढीलप्रमाणे सांगता येतील :

१) भ्रष्टाचारविरोधी आंदोलन :

भारतातील भ्रष्टाचार निवारणासाठी लोकांमध्ये जनजागृती घडवून आणणे आवश्यक आहे. त्यासाठी प्रामुख्याने भ्रष्टाचारविरोधी आंदोलन उभारून केवळ कुणाचेही नाव न घेता भ्रष्टाचाऱ्यांची साखळी, संगनमताने भ्रष्टाचार करणारे अधिकारी, व्यावसायिक, राजकारणी यांची दुष्कृत्ये उघड पाडणे आवश्यक आहे. त्यासाठी लोकशाहीवर विश्वास ठेवणाऱ्या कार्यकर्त्यांनी, सर्वसामान्यांनी, विचारवंतांनी जनमतांचा प्रचंड रेटा भ्रष्टाचाराच्या विरोधात उभा केला पाहिजे.

२) सार्वजनिक व्यवहार जाणून घेण्याचा हक्क :

भ्रष्टाचाराचा अन्याय सहन करणे म्हणजे भ्रष्टाचाराला चालना देण्यासारखे आहे. त्यामुळे आपला हक्क व जाणिवांविषयी जागरूक असणाऱ्यांनी भ्रष्टाचारास विरोध केला पाहिजे. सार्वजनिक कामासाठी उपलब्ध निधीचा हिशोब जाणून घेण्याचा अधिकार जनतेला आहे. या संदर्भात 'मजदूर किसान शक्ती संघटना' चे कार्य महत्त्वाचे आहे.

३) कार्यक्षम शासनव्यवस्था :

भारतातील भ्रष्टाचाराचे निर्मूलन करायचे असेल तर कार्यक्षम शासनव्यवस्थेची स्थापना करणे आवश्यक आहे. शासकीय कर्मचारी व राज्यकर्ते यांच्यावर भ्रष्टाचाराची उपाययोजना निःसंदिग्ध होण्यासाठी भ्रष्टाचाराची नेमकी व्याख्या केली पाहिजे. भ्रष्टाचाराच्या निर्मूलनासाठी प्रशासनाने सर्वसामान्यांच्या गरजा लक्षात घेऊनच पूर्वव्यवस्था, साधे नियम करणे आवश्यक आहे. कारण प्रशासन व्यवस्था व त्यातील नियम हे साधे सुटसुटीत असतील तर भ्रष्टाचाराला वावच मिळणार नाही. तसेच शासनाने भ्रष्टाचारांच्या तक्रारीबाबत चौकशीचा वेळकाढू घोळ न घालता त्वरित उपाययोजना केली पाहिजे.

४) औद्योगिक क्षेत्रातील सुधारणा :

आधुनिक काळात यंत्रयुगाने भ्रष्टाचाराला उत्तेजित केले आहे. यंत्रयुगाचा सर्वाधिक प्रभाव औद्योगिक क्षेत्रावर जाणवतो. त्यामुळे औद्योगिक क्षेत्रातील बनवेगिरी, भेसळ करणे, फसवणूक, काळाबाजार, करचुकवेगिरी, खोटे दस्ताऐवज बनविणे, खोटे हिशोब इत्यादी बाबींना आळा घालण्यासाठी शासनाने कडक कायदे करावेत व त्याची अंमलबजावणी करावी, जेणेकरून भ्रष्टाचारास आळा निर्माण होण्यास मदत होते.

➪ ४.४ सर्वसाधारण प्रशासक आणि विशेषज्ञ प्रशासक :

नागरी सेवेत प्रशासकीय अधिकाऱ्यांचे सर्वसामान्यतः सर्वसाधारण प्रशासक आणि विशेषज्ञ प्रशासक असे दोन प्रकार आढळतात. ज्यावेळी एखादा प्रशासक सर्वसाधारण ज्ञान आणि अनुभव यांच्या माध्यमातून प्रशासकीय कार्ये करीत असतो अशा प्रशासकाला सर्वसाधारण प्रशासक असे म्हणतात तर विशेषज्ञ प्रशासक म्हणजे एखाद्या विशिष्ट विषयात किंवा कार्यक्षेत्रात तज्ज्ञ असलेली व्यक्ती होय. विशिष्ट विषयात, क्षेत्रात पारंगत असलेला प्रशासकीय अधिकारी जेव्हा विशिष्ट शाखेचा किंवा विभागाचा प्रमुख बनतो तेव्हा त्याला विशेषज्ञ प्रशासक असे म्हणतात. सर्वसाधारण प्रशासकाचे कार्यक्षेत्र अतिशय व्यापक असून विशेषज्ञ प्रशासकाचे कार्यक्षेत्र अतिशय मर्यादित स्वरूपाचे असते. सर्वसाधारण प्रशासक व विशेषज्ञ प्रशासकाचा अर्थ आणि त्यातील विरोधाभास याविषयीचे सविस्तर विवेचन पुढील मुद्यांच्या आधारे करता येईल.

अ) सर्वसाधारण प्रशासक :

जेव्हा विशिष्ट प्रशासक त्याच्याकडे असलेले सर्वसाधारण ज्ञान आणि प्रशासकीय कार्यात येत असलेले अनुभव यांच्या आधारे संघटनेचा प्रमुख म्हणून कार्य करीत असतो तेव्हा त्याला सर्वसाधारण प्रशासक असे म्हणतात. सर्वसाधारण प्रशासक संघटनेच्या सर्व शाखांवर नियंत्रण, देखरेख ठेवून त्याच्या कार्यात समन्वय घडवून आणतो; प्रशासकीय तत्त्वे आणि नियम प्रक्रिया यांच्याद्वारे तो आपल्या संघटनेचे संयोजन करतो. सर्वसाधारण प्रशासकाची संघटनेच्या एका खात्यातून दुसऱ्या खात्यात, एका विभागातून दुसऱ्या विभागात सहज बदली करता येते. सर्वसाधारण प्रशासकाचे वैशिष्ट्य म्हणजे तो पोस्टकॉर्ब दृष्टिकोनातून संघटनेत कार्ये करीत असतो. इंग्लंड, भारत या देशात सर्वसाधारण प्रशासकीय पद्धतीचा स्वीकार झालेला आहे. महसूल खात्यातील आय. ए. एस., पोलीस खात्यातील आय. पी. एस., वनखात्यातील आय. एफ. एस. तसेच राज्यसरकारच्या विविध खात्यातील प्रथम श्रेणी (Class One) अधिकारी सर्वसाधारण प्रशासक या सदरात मोडतात. थोडक्यात, सर्वसाधारण प्रशासक म्हणजे प्रशासकीय ज्ञान आणि प्रशासकीय अनुभव यांच्या आधारे जेव्हा प्रशासनात खाते किंवा विभागाचा प्रमुख म्हणून कार्य करणारा अधिकारी होय.

ब) विशेषज्ञ प्रशासक :

विशेषज्ञ प्रशासक हा एखाद्या विषयात किंवा कार्यक्षेत्रात तज्ज्ञ आणि पारंगत असतो. उदा. अर्थतज्ज्ञ, शेतीतज्ज्ञ, कायदेतज्ज्ञ, शिक्षणतज्ज्ञ, डॉक्टर, अभियंते, स्थापत्य शास्त्रज्ज्ञ इत्यादी विशेषज्ञाला एखाद्या विशिष्ट विषयाचे संपूर्ण ज्ञान असते. शिक्षण आणि प्रशिक्षण याद्वारे हुशार व्यक्ती विशिष्ट क्षेत्रात असाधारण ज्ञान किंवा कौशल्य प्राप्त करते. विज्ञान आणि औद्योगिक शास्त्र या क्षेत्रात विशेषज्ञ आढळतात. विशेषज्ञ हा जेव्हा एखाद्या विशिष्ट शाखेचा किंवा विभागाचा प्रशासक बनतो तेव्हा त्याला विशेषज्ञ प्रशासक असे म्हणतात. विशेषज्ञाचे कार्यक्षेत्र मर्यादित स्वरूपाचे असते. उदा. गुन्हा अन्वेषण अधिकारी हा सी. आय. डी. विभागापुरतेच कार्य करीत असतो. मात्र जिल्हा पोलीस अधिक्षक, शिक्षण संचालक हे अधिकारी संबंधित खात्याला पूर्णपणे जबाबदार राहून कार्य करीत असतात. विविध क्षेत्रातील विविध प्रशासज्ञ आपापल्या कार्यक्षेत्रात कार्यरत असतात. अमेरिका, फ्रान्स या

देशांत विशेषज्ञ प्रशासकाला समाजमान्यता आणि राजमान्यता मिळालेली असून फ्रान्समध्ये तर संरक्षण मंत्रालय नाविक व लष्करी अधिकाऱ्यांकडे सोपविलेले असते. अमेरिकेत शेतीखाते, कामगारकल्याण अशी विविध खाती संबंधित क्षेत्रातील तज्ज्ञांकडे सोपविण्यात आलेली आहेत. भारतात विशेषज्ञ प्रशासकाला मान्यता दिलेली नसली तरी प्रशासनाच्या विविध खात्यात विशेषज्ञ नियुक्त केलेले असल्याचे आढळून येत आहे. इंजिनियर्स, डॉक्टर्स, मेडिकल ऑफिसर्स असे विशेषज्ञ बहुसंख्य खात्यात आढळतात.

मात्र नागरी सेवांमध्ये विशेषज्ञ प्रशासकांची नितांत गरज भासू लागलेली असून इंग्लंड भारत अशा राष्ट्रात सर्वसाधारण प्रशासकीय पद्धतीचा स्वीकार करण्यात आलेला असला तरी काही खात्यांमध्ये विशेषज्ञ प्रशासकालाच महत्त्व देण्यात येते.

क) सर्वसाधारण आणि विशेषज्ञ प्रशासक यातील विरोधाभास :

नागरी सेवेतील प्रशासकांची भूमिका अभ्यासताना प्रशासक हा सर्वसाधारण असावा की विशेषज्ञ असावा हा वादग्रस्त मुद्दा उद्भवलेला आहे. सर्वसाधारण प्रशासक आणि विशेषज्ञ प्रशासक यातील विरोधाभास खालील मुद्यांच्या आधारे स्पष्ट करता येईल :

१) प्रशासनात प्रशासकीय अधिकारी कोणता असावा हा प्रश्न :

नागरी सेवेत सर्वसाधारण प्रशासक आणि विशेषज्ञ प्रशासक अशा दोन्ही प्रशासकीय अधिकाऱ्यांचा स्वीकार करण्यात येत असला तरी खात्याचा प्रमुख हा सर्वसाधारण असावा की विशेषज्ञ असावा हा प्रश्न उद्भवत असतो. सर्वसाधारण प्रशासक हा खात्याच्या सर्व विभागांवर आणि सेवकांवर नियंत्रण, देखरेख, मार्गदर्शन करून त्यांच्यात समन्वय घडवून प्रशासन कार्य चालवितो. विशेषज्ञ प्रशासक हा विशिष्ट कार्यक्षेत्रात तज्ज्ञ आणि विशेषज्ञ असल्याने तो ज्या खात्यात कार्यरत असतो त्या खात्याचा कारभार सुलभ असतो.

२) विशिष्ट प्रशासकीय कार्यासाठी विशेषज्ञ प्रशासक उपयुक्त :

विशेषज्ञ प्रशासकाला विशिष्ट ज्ञानाच्या पलीकडील गोष्टी माहीत नसल्यामुळे प्रशासनात उद्भवणाऱ्या समस्या सोडविण्यात विशेषज्ञ प्रशासक यशस्वी होत नाही. उदाहरणच द्यायचे तर इंजिनियर, डॉक्टर, ऑडिटर या विशेषज्ञाला जिल्हा परिषदेच्या प्रमुखपदी विशेषज्ञ म्हणून नियुक्त केले तर त्याला दैनंदिन प्रशासकीय कार्ये व्यवस्थित पार पाडता येणार नाहीत. जिल्हा परिषदेचा कार्यकारी अधिकारी हा आय. ए. एस. मधून नियुक्त झालेला असून त्याला प्रशासनाचा अनुभव असतो मात्र तो ज्या विषयात तज्ज्ञ आहे, त्याला ज्या विषयाची माहिती आहे, सखोल ज्ञान आहे त्याच विषयासंदर्भात निगडित असलेल्या प्रशासकीय समस्या सोडविण्यात यश येते. थोडक्यात, विशिष्ट प्रशासकीय कार्यासाठी विशेषज्ञ प्रशासकाची नियुक्ती करणे आवश्यक मानण्यात आलेले आहे.

३) अधिकाराचा प्रश्न :

प्रशासकीय सेवेत कार्य करणारा अधिकारी सर्वसाधारण प्रशासक असावा की विशेषज्ञ प्रशासक असावा हा आधुनिक लोकप्रशासनात वादग्रस्त मुद्दा ठरलेला आहे. मात्र सूक्ष्म दृष्टिकोनातून विचार केला तर असे आढळते की, विशेषज्ञ अधिकाऱ्याला प्रशासकीय कार्ये करण्यासाठी जेवढे अधिकार प्रदान केलेले असतात तितके सर्वसाधारण प्रशासकाला नसतात. कारण सर्वसाधारण प्रशासक हा केवळ अनुभव आणि ज्ञान या घटकांच्याच आधारे प्रशासकीय कार्ये करीत असतो मात्र विशेषज्ञ प्रशासकीय अधिकारी विशिष्ट विषयात, क्षेत्रात पारंगत असल्याने त्याला देण्यात येणारे अधिकार व्यापक असतात. आधुनिक काळात प्रशासकीय कार्यांमध्ये विशेषज्ञ प्रशासकाला व्यापक अधिकार देण्यात येत असल्याने प्रशासन अधिक कार्यक्षम होते. प्रशासनाची ध्येये व उद्दिष्टे वेळ आणि श्रमाची बचत करून साध्य करता येतात.

४) निर्णयप्रक्रियेत महत्त्व :

सर्वसाधारण प्रशासक हा केवळ अनुभव आणि ज्ञान यांच्याच आधारे प्रशासकीय कार्ये करीत असतो, मात्र ज्यावेळी एखादा महत्त्वपूर्ण निर्णय घ्यायचा असेल तर सर्वसाधारण प्रशासकाला निर्णय घेण्याच्या प्रक्रियेचे टप्पे, कोणत्या परिस्थितीत कोणता निर्णय घ्यायचा, तो योग्य असेल या बाबतीत अनेक प्रश्न उद्भवतात मात्र विशेषज्ञ प्रशासकाला विशिष्ट विषयाचे सखोल ज्ञान असल्याने प्राप्त परिस्थितीत निर्णय घेताना परिस्थिती कोणती आहे? परिस्थितीची मागणी कोणती आहे ? सर्वसामान्य जनतेला नेमके काय हवे आहे? याविषयी सखोल माहिती असते. परिणामी प्राप्त परिस्थितीत योग्य असे निर्णय घेण्याची क्षमता विशेषज्ञ प्रशासकाकडे असते. त्याला परिस्थितीची संपूर्ण जाणीव असते. आपण जो निर्णय घेत आहोत तो निश्चितच लोकाभिमुख आहे याची जाण असते. निर्णय घेण्याच्या प्रक्रियेतील टप्पे माहिती असतात. सर्वसाधारण प्रशासकापेक्षा विशेषज्ञ प्रशासक योग्य परिस्थितीत योग्य निर्णय घेऊ शकतो. थोडक्यात, विशेषज्ञ प्रशासकाला निर्णय प्रक्रियेत अतिशय महत्त्वाचे स्थान आहे.

५) कार्यक्षेत्राची व्याप्ती :

सर्वसाधारण प्रशासक प्रशासन सेवेत दीर्घकाळ कार्यरत असल्याने त्याच्या पाठीशी अनुभव व ज्ञान यांची शिदोरी असते तसेच त्याला विशिष्ट प्रशासकीय चौकटीतच राहून काम करावे लागत असल्याने त्याच्या कार्यक्षेत्राची व्याप्ती मर्यादित असते. मात्र विशेषज्ञ प्रशासक विशिष्ट विषयात, विशिष्ट क्षेत्रात निपुण असल्यामुळे त्याला प्रशासकीय चौकटीबाहेर जाऊन कार्य करण्याचे संपूर्ण स्वातंत्र्य प्रदान केलेले असते. विशेषज्ञ प्रशासकाच्या कार्याची व्याप्ती अधिक असते. वेळोप्रसंगी प्रशासनाने आखून दिलेल्या चौकटीबाहेर जाऊनही विशेषज्ञ प्रशासक कार्य करीत असतो, आवश्यक अशा क्षेत्रासाठी योग्य असे धोरण तयार करून त्याची अंमलबजावणी करीत असतो. थोडक्यात, विशेषज्ञ अधिकाऱ्याच्या कार्याची व्याप्ती मोठी असते. प्रशासनाला उपयुक्त ठरतील अशीच धोरणे, नियम तयार करणे, त्यांची अंमलबजावणी करण्याचे अधिकार आणि संपूर्ण स्वातंत्र्य विशेषज्ञ प्रशासकाला असते.

६) विशेष घटकांविषयी विशेष ज्ञान :

सर्वसाधारण प्रशासकाला फक्त प्रशासकीय कार्याकडून ज्ञान आणि अनुभव असतो. मात्र विशेषज्ञ प्रशासकाला विशिष्ट घटकाविषयी विशेष ज्ञान असल्याने तो प्रशासकीय कार्ये सर्वसाधारण प्रशासकापेक्षा अधिक परिणाम कारकपणे पूर्ण करू शकतो. उदा. शेतकी खात्यातील सर्वसाधारण प्रशासकाला शेतजमिनीची माहिती त्यात घेण्यात येणारी पिके, शेती क्षेत्रापासून मिळणारा महसूल यांची माहिती असते व या माहितीच्या नोंदी ठेवण्याचे कार्य शेतकी खात्यातील सर्वसाधारण प्रशासक करीत असतो. मात्र याच खात्यात विशेषज्ञ अधिकारी शेतीक्षेत्रातून अधिकाधिक उत्पादन कसे मिळविता येईल, त्यासाठी कोणत्या तंत्रज्ञानाचा उपयोग करणे आवश्यक आहे, कोणकोणत्या प्रकारची सुधारित बि बियाणे, खते उपलब्ध आहेत याची सखोल माहिती असल्याने त्या माहितीचे वहन संबंधित घटकांपर्यंत पोहचवतो. शेती उत्पादनात वाढ घडवून आणण्याच्या दृष्टिकोनातून योग्य अशी व्यूहरचना आखतो. थोडक्यात, सर्वसाधारण प्रशासकाला जे ज्ञान नसते, ज्या घटकांबद्दल माहिती नसते ती माहिती विशेषज्ञ प्रशासकाला असते. याचा फायदा निश्चितपणे प्रशासनाला होतो.

उपरोक्त मुद्यांच्या आधारे असे नमूद करता येईल की, प्रशासनात सर्वसाधारण प्रशासक असावा की विशेषज्ञ प्रशासक असावा हा वादाचा मुद्दा असून प्रशासकात सर्वसाधारण आणि विशेषज्ञ असा सूक्ष्म भेद करणे अवघड आहे, या दोन्ही प्रशासकात स्थूलमानाने भेद करता येतो. प्रशासन कार्यक्षम करणे, प्रशासनात सुलभता आणणे, प्रशासन लोकाभिमुख करणे, योग्य वेळी योग्य निर्णय घेणे, धोरणे तयार करून त्याची अंमलबजावणी करणे अशा विविध प्रशासकीय कार्यांसाठी सर्वसाधारण प्रशासकांपेक्षा विशेषज्ञ प्रशासक अधिक उपयुक्त असतो असे नमूद करता येईल.

सरावासाठी प्रश्न

प्र. १. दीर्घोत्तरी प्रश्न.

१) लोकपाल किंवा ओम्बुड्समनबद्दल तपशीलवार माहिती सांगा.
२) लोकपालची कार्ये स्पष्ट करा.
३) भारतातील लोकपालबद्दल विवेचन करा.
४) लोकायुक्त या प्रशासकीय यंत्रणेबाबत तपशीलवार माहिती सांगा.
५) लोकायुक्तांचे अधिकार आणि कार्ये स्पष्ट करा.
६) केंद्रीय दक्षता आयोगाची रचना स्पष्ट करा.
७) केंद्रीय दक्षता आयोगाची भूमिका आणि कार्ये लिहा.
८) राजकारणी आणि सनदी सेवक यांच्यातील संघर्षांबद्दल माहिती सांगा.
९) भ्रष्टाचार म्हणजे काय? भारतातील भ्रष्टाचाराची कारणे आणि परिणाम स्पष्ट करा.
१०) भारतातील भ्रष्टाचार रोखण्यासाठीच्या उपाययोजना विशद करा.
११) सर्वसाधारण प्रशासक आणि विशेषज्ञ प्रशासक यातील वादविवाद सांगा.

प्र. २. टिपा लिहा.

१) ओम्बुड्समन.
२) लोकपाल.
३) लोकायुक्त.
४) केंद्रीय दक्षता आयोग.
५) भ्रष्टाचाराची कारणे.
६) भ्रष्टाचाराचे परिणाम
७) भ्रष्टाचार रोखणे.

❋❋❋❋

www.ingramcontent.com/pod-product-compliance
Lightning Source LLC
LaVergne TN
LVHW082045051026
849532LV00011B/3480
* 9 7 8 8 1 1 9 9 3 9 2 8 2 *